越語基礎語法A1-A2
NGỮ PHÁP TIẾNG VIỆT
CƠ SỞ A1-A2

阮氏美香　編著

鴻儒堂出版社發行

序言

　　筆者銜接前面**商務越南語**上下冊、**越南語多義字**及累積了十幾年來越南語教學之經驗，延伸撰寫**越語基礎語法 A1-A2**、**越語進階語法 B1-B2** 及越語高級語法 C1-C2 相關內容。本次再版**越語基礎語法 A1-A2**，非常感謝各位的支持，之後我們也會出版**越語進階語法 B1-B2**，希望先幫學習者解決基礎語法上不少的困擾。原先越南語文法本身有很多要特別注意之處，但當不同的詞類時就有不同的用法。這些會造成學習者的困惑，學習時很容易遇到阻礙，這些亦會造成語法上的錯誤等。

　　希望該書可以成為學習者文法專業的工具書，且正確使用越南語文法，並將文法錯誤降到最低。本書將近**五萬個單字**，分為十五課，從基礎 **A1** 至 **A2** 級程度皆有。每一種詞類會舉倆個例子給讀者更加了解它的意思及正確之用法，藉此機會學習到其他更想不到的詞彙及更細節的文法。在此也向**鴻儒堂出版社**表示致謝，鼎力協助我完成本書出版。

　　最後，歡迎大家來學習**越語基礎語法 A1-A2**。一本非常詳細的書！謝謝各位已經對筆者前面三本書的支持，亦請大家繼續給我支持鼓勵！請多多指教！

非常感謝您們！Xin chân thành cảm ơn các bạn!

阮美香（阮氏美香）著　Nguyễn Thị Mỹ Hương

2021.10

MỤC LỤC 目錄

BÀI 1: ĐẠI TỪ CHỈ ĐỊNH 第一課 指定代名詞   **1**

1. đây   這   1

2. này   這   2

3. đấy（kia/ đó）那   3

4. ấy   他/它   4

5. Luyện tập và trắc nghiệm 練習及測驗   5

BÀI 2: ĐỘNG TỪ CHỈ HOẠT ĐỘNG – TRẠNG THÁI
第二課：動詞指活動及狀態   **6**

1. đi – về   去/回   6

2. ăn – uống   吃/喝   15

3. thích – ghét 喜歡/討厭   19

4. hiểu – biết   懂/會   20

5. Luyện tập và trắc nghiệm 練習及測驗   22

BÀI 3: ĐỘNG TỪ XU HƯỚNG 第三課：趨向動詞   **23**

1. ra – vào   進/出   23

2. lên – xuống 上/下   30

3. qua/ sang   過/去/到   35

4. mất   不見/消失   39

5. Luyện tập và trắc nghiệm 練習及測驗   41

BÀI 4: ĐỘNG TỪ TÌNH THÁI 第四課：情態動詞   **42**

1. nên/ cần/ phải/ nên phải/ cần phải 要/需要/必要   42

2. có thể/ không thể/ chưa thể   可以/不可以/還不可以   46

3. bị/ được/ mắc   被/得/上/淋   48

4. trông/ mong/ muốn/ cầu   看/期待/想/求   52

5.   Luyện tập và trắc nghiệm 練習及測驗   57

BÀI 5 : ĐỘNG TỪ TỒN TẠI 第五課：存在動詞   **58**
1.   còn   還/剩/活   58
2.   có   有   59
3.   hết   沒/完/到期   61
4.   khỏi   好/不   62
5.   Luyện tập và trắc nghiệm 練習及測驗   64

BÀI 6: TÍNH TỪ CHỈ TÍNH CHẤT 第六課：性質形容詞   **65**
1.   rắn – mềm/ cứng – dẻo 硬-軟   65
2.   cong – thẳng   彎/直   74
3.   khỏe – yếu   強/弱   77
4.   đẹp – xấu   美/醜   81
5.   Luyện tập và trắc nghiệm 練習及測驗   84

BÀI 7: TÍNH TỪ TRẠNG THÁI 第七課：狀態形容詞   **85**
1.   vui – buồn   開心/憂愁   85
2.   mới – cũ   新/舊   88
3.   chín – sống/ nguội – nóng   熟/生，涼/熱   91
4.   đỏ – đen/ số đỏ – số đen   紅/黑，好運/倒楣   96
5.   Luyện tập và trắc nghiệm   練習及測驗   97

BÀI 8: TÍNH TỪ CHỈ MÀU SẮC, KÍCH THƯỚC, TUỔI TÁC
第八課：顏色、尺寸及年齡的形容詞   **98**
1.   trắng – đen   黑/白   98
2.   dài – ngắn/ rộng - hẹp/ cao - thấp 長短/寬窄/高低   102
3.   gần – xa   近遠   113
4.   già – trẻ/ lớn – bé   老少/大小   118

5. Luyện tập và trắc nghiệm   練習及測驗   125

BÀI 9: TỪ CHỈ PHƯƠNG HƯỚNG (PHƯƠNG VỊ TỪ)
第九課：方位詞   **127**

1. trong – ngoài/ trên – dưới   內外／上下   127
2. trước–sau/ trái–phải (đầu–giữa–cuối) 前後／左右（初中末）136
3. Đông – Tây – Nam – Bắc   東西南北   146
4. lên trên–xuống dưới, ra ngoài–vào trong 上去/下來/出去/進去 150
5. Luyện tập và trắc nghiệm 練習及測驗   152

BÀI 10: TRẠNG TỪ CHỈ NƠI CHỐN
第十課：處所狀語   **154**

1. ở đây/ ở kia/ ở đó/ ở đấy   這裡/那裡   154
2. ở khắp nơi/ ở mọi nơi   到處   156
3. chỗ này/ chỗ kia/ chỗ khác   在此／那裡／其他地方 157
4. gần đó/ gần đấy   附近／在那附近   159
5. Luyện tập và trắc nghiệm   練習及測驗   160

BÀI 11: TRẠNG TỪ CHỈ THỜI GIAN
第十一課：時間狀語   **161**

1. trước đây/ hồi trước/ hồi xưa/ ngày xưa/ thời xưa
    以前／之前／古代／早期／古早   161
2. gần đây／dạo này 之前／最近   163
3. đang/ hiện/ hiện tại/ hiện nay/ hiện giờ/ bây giờ/ giờ
4. 正在／現在／目前／今日／此刻／此時／現在／目前 164
5. vào/ vào lúc 進／於／在那時候／那時／於／當   166
6. Luyện tập và trắc nghiệm 練習及測驗   168

BÀI 12 :TRẠNG TỪ CHỈ TẦN SUẤT 第十二課：頻率狀語 **169**

1. có lúc/ có khi/ thỉnh thoảng 　　有時／偶爾　　169
2. đôi khi/ đôi lúc 　　偶爾／有時候　　170
3. nhiều lúc/ nhiều khi 　　有時候　　171
4. mọi khi, mọi lúc 　　隨時／總是　　172
5. Luyện tập và trắc nghiệm 　　練習及測驗　　174

BÀI 13: TRẠNG TỪ NGHI VẤN 第十三課：疑問狀語 175
1. ở đâu? 　　在哪兒？　　175
2. Sao?/ Vì sao?/ Tại sao? 　　為何?／為什麼?　　176
3. khi nào/ lúc nào/ bao giờ/ mấy giờ 　何時/什麼時候/幾點　177
4. thế nào?/ như thế nào? 　　如何／怎麼樣　　180
5. Luyện tập và trắc nghiệm 　　練習及測驗　　181

BÀI 14: GIỚI TỪ QUAN HỆ (1)第十四課：關係介詞（一）182
1. bằng 　　方式／用／搭　　182
2. cùng/ với/ cùng với 　　和／跟／與　　183
3. về/ đến/ tới 　　有關（關於）／來／到　　187
4. đối với/ dành cho 　對於／給予　190
5. Luyện tập và trắc nghiệm 　練習及測驗　191

BÀI 15: GIỚI TỪ CHỈ QUAN HỆ (2)
第十五課：關係介詞（二）　　192
1. tại/ ở 　因為／在／於　192
2. cho 　給／給予　193
3. của 　的　195
4. do/ bởi 　由　200
5. Luyện tập và trắc nghiệm 練習及測驗　201

ĐÁP ÁN BÀI LUYỆN 練習及測驗答案　202

BÀI 1: ĐẠI TỪ CHỈ ĐỊNH
第一課：指定代名詞

I. đây 這/此

Đề cập đến người, sự vật, địa điểm gần người nói đã được xác định.

提及到人、事物、地點等距離與發言者比較近或表示確定。

đây/ ở đây + là... 這/在這　　+是......	Chú thích 備註
Đây *là* ai? 這是誰？ **Ở đây *là*** siêu thị. 這裡是超市。	là 是 ai 誰 siêu thị 超市

Đề cập đến mốc thời gian gần so với thời điểm được nói tới.

提及到時間與提到的時間點比較近。

... từ (tại)/ trước/ sau *đây* ......從此(在此)/以前(前)/以下	Chú thích 備註
Một giờ **trước *đây***. 一個小時前。 Kết thúc **tại *đây***. 在此結束。 **Từ *đây*** về sau, tôi sẽ rời xa Hà Nội. 從此以後，我就離開河內。	sẽ 就/會/將 rời xa 離開 kết thúc 結束 giờ 時/小時/現在 từ đây về sau 從此以後

II. này 這

Đề cập đến người, sự vật, địa điểm gần người nói đã được xác định.

提及到人、事物、地點等距離與發言者比較近或表示確定。

Chủ ngữ + này 主語 + 這	Chú thích 備註
Em **này** học rất giỏi. 這位學得很好。 Cái ba lô **này** rất đẹp. 這個背包很好看	giỏi 好 rất 很 ba lô 背包 đẹp 好看

Được đặt sau danh từ chỉ thời gian để chỉ hiện tại (giờ, ngày, tuần, tháng, năm, mùa, kì, quý, lúc…).

位於名詞後，表示現在（時、日、周、月、年、季、期、季、時/時候…）

Danh từ + này 名詞 + 這	Chú thích 備註
Ngày này ba năm về trước. 三年前的這一天。 **Lúc này** là thời điểm quyết định. 這時候是關鍵的時刻。	lúc 時候 năm 五/年 về trước 前/往前 thời điểm 時刻 quyết định 決定/關鍵

III. đấy/ kia/ đó 那

Đề cập đến người, sự vật, địa điểm xa người nói đã được xác định.

提及到人、事物、地點等距離與發言者比較遠或表示已確定。

đấy/ ở đấy (kia/ ở kia, đó/ ở đó) ... 那/在那	Chú thích 備註
Kia là bể bơi. 那是游泳池。 **Ở đấy** đang xảy ra chuyện gì vậy? 那裡發生什麼事了呢？	bể bơi 游泳池 đang 在/正在 xảy ra 發生 chuyện gì 什麼事

Đề cập đến người, sự vật, địa điểm xa người nói và chưa được xác định.

提及到人、事物、地點等距離與發言者比較遠或表示未確定。

Khi nào/ Một ngày nào + **đấy** + chủ ngữ 何時/某一天 ＋ 某 ＋ 主語	Chú thích 備註
Khi nào **đấy** tôi lại đến chơi. 某時間我再來玩。 *Một ngày nào* **đấy** em sẽ đến thăm anh. 某一天我會回來看你。	lại 再 đến 到 sẽ 會/將 khi nào 何時

Được đặt sau danh từ thời gian (ngày, năm, lúc, từ…)nhằm chỉ quá khứ, giống "*này*".

位於名詞後，表示過去（日、年、時/時候、從等）與 **này** 一樣。

Danh từ + đấy 名詞 ＋ 那/此	Chú thích 備註
Lúc đấy em đang tắm. 那時候我在洗澡。 *Từ đấy* (về sau), tôi không còn liên lạc với nó. 從此(以後)我不再跟他聯絡。	tắm 洗澡 về sau 以後 liên lạc 聯絡 với 跟

IV. ấy 他/它/那

Đề cập đến người, sự vật, địa điểm đã được xác định xa người nói.

提及到人、事物、地點等確定及距離與發言者遠。

Đại từ + ấy 代詞 ＋ 她/它	Chú thích 備註
Cô **ấy** là bác sĩ. 她是醫生。 Cái váy **ấy** rất rẻ. 那條裙子很便宜。	rất 很 rẻ 便宜 váy 裙子 cô ấy 她 bác sĩ 醫生

V. Luyện tập và trắc nghiệm 練習及測驗

1. Chọn từ điền vào ô trống 選詞填空

Cô ấy	Lúc đấy	Từ đấy
Ở đấy	Đây là	Ngày này

a. .... ai?

b. .... là bác sĩ.

c. .... em đang tắm.

d. .... ba năm về trước.

e. .... đang xảy ra chuyện gì vậy?

f. ...., tôi không còn liên lạc với nó.

2. Gắn câu giữa hai cột dưới đây 連連看

1. Lúc đó em ấy đang ăn cơm.	a. 他讀書讀得很棒。
2. Anh này học rất giỏi.	b. 這裡是超市。
3. Ở đây là siêu thị.	c. 某一天我回來看你。
4. Từ đây về sau, tôi sẽ rời xa Hà Nội.	d. 那時候他在吃飯。
5. Một ngày nào đấy em sẽ đến thăm anh.	e. 從此以後，我就離開河內。

BÀI 2: ĐỘNG TỪ CHỈ HOẠT ĐỘNG, TRẠNG THÁI
第二課：動詞指活動及狀態

I. đi – về 去/回
1. đi 去/走

    Biểu thị sự di chuyển từ chỗ này đến chỗ khác.

表示從此處移動到其他地方。

đi 去	Chú thích 備註
Mẹ **đi** chợ. Bố **đi** làm. 媽媽去菜市場。爸爸去上班。 Em **đi** chơi. Anh **đi** bơi. 我去玩。哥哥去游泳。	chơi 玩 bơi 游泳 làm 上班/做 chợ 菜市場
đi (*bằng*) 搭/騎	Chú thích 備註
A: Em **đi** (*bằng*) gì đến (đây)? 你搭什麼交通工具來這裡？ B: Em **đi** (*bằng*) xe đạp. 我騎腳踏車。	đây 這 gì 什麼 đi bằng 方式/交通工具

Di chuyển đến chỗ khác, nơi khác để làm một công việc nào đó.

移動到其他地方、地點為了做某件事情。

đi 去/當	Chú thích 備註
Bà ấy **đi** kiện. 她去申訴。 Anh trai tôi đang **đi** nghĩa vụ. 我哥哥在當兵。	bà ấy 她 anh trai 哥哥 kiện 件（量）/申訴/投訴 nghĩa vụ 義務/責任 đi nghĩa vụ 去當兵

Biểu thị phương tiện vận tải di chuyển, nhanh hoặc chậm.

表示交通工具在運作快或慢。

đi + nhanh/ chậm 跑/開/走/行 ＋ 快/慢	Chú thích 備註
Xe máy **đi nhanh** hơn. 摩托車跑得比較快。 Xe ô tô xịn mà **đi chậm** rì rì. 好車怎麼開慢吞吞的。	xịn 好 chậm 慢 nhanh 快 hơn 更/比較 chậm rì rì 慢吞吞 mà 的/怎麼/而/卻/但

Biểu thị hướng của hoạt động dẫn đến sự thay đổi vị trí.

表示動作的方向導致位置變化。

nhìn/ chạy/ bước...+ đi 看/跑/走......+（去）	Chú thích 備註
Đang học mà nó **nhìn đi** chỗ khác. 正在上課，她卻看其他地方。 Đừng **chạy đi**, chạy lại như thế. 不要這樣跑來跑去。 Cô ấy **bước đi** rất chậm, vừa đi vừa suy nghĩ. 她的步伐緩慢，邊走邊想。	nhìn đi 看到 chỗ 地方 khác 別/其他 đừng 別/不要 chạy đi chạy lại 跑來跑去

Biểu thị hoạt động, quá trình dẫn đến kết quả làm cho không còn nữa.

表示過程、活動導致不存在的結果。

ăn, uống, cắt, bỏ, lấy, cầm, 吃、喝、剪、丟、取、拿 xóa, hủy, dọn, chặt... 除（刪）、銷、搬、砍......	+ đi 去/掉/走	Chú thích 備註
Đoạn văn này **bỏ đi** hai chữ. 這段文章刪掉兩個字。 Em **lấy đi** một ít. 我拿走一些。		một 一 lấy 拿 đoạn 段 bỏ 刪/刪除 ít 少/ một ít 一些

Biểu thị kết quả của một quá trình giảm sút, suy giảm.

表示一個過程的結果減少、下滑。

mất, bớt, giảm, 失（不見）/減（少）/降 cạn, tái, nhạt... 乾（盡）/蒼白/淡	+ đi 去/掉/了	Chú thích 備註
Mệt quá, sắc mặt chị ấy **tái đi**. 太累了，她臉色蒼白。 Số lượng học sinh đã **giảm đi** nhiều. 學生數量已經減少了很多。		đã 已經 nhiều 多 tái đi 蒼白 số lượng 數量 học sinh 學生

Biểu thị hoạt động theo một hướng nào đó.

表示依照某個方向之活動。

đi + 走/行	thẳng, vòng, sâu, sát 直/繞/深/靠 lên, xuống, ra, vào...上/下/出/進	Chú thích 備註
Đi thẳng vào trong nhà. 直接走進屋子裡/進去。 Em **đi sát** lề đường nguy hiểm quá. 你走路太靠車道了，很危險。		nhà 房子 tàu 船/火車 khỏi 出去/好/出 đường 路/糖/線條 đường ray 鐵軌

Biểu thị tiến đến một kết quả nào đó.

表示邁入某一個結果。

đi + đến 結果	Chú thích 備註
Cuối cùng việc chẳng **đi đến** đâu. 最後事情也沒有結果。 Hai bên đã **đi đến** kết luận thống nhất. 雙方已經有共同的結果。	cuối cùng 最後 chẳng đi 沒有/沒到 hai bên 雙方 kết luận 結論 thống nhất 統一

Biểu thị chuyển sang, bước vào một giai đoạn khác.

表示轉到其他階段。

đi + vào 進入/定格/變成/成為	Chú thích 備註
Công việc **đi vào** bế tắc. 工作進入困境。 Mọi việc đã **đi vào** quy củ. 所有事情已經定格/變成規律了。	mọi 所有 bế tắc 困境 quy củ 規律 công việc 工作 mọi việc 所有事情

Biểu thị cái chết (Uyển ngữ).

表示過世（婉語）。

đi 走/離開	Chú thích 備註
Ông ấy mới **đi xong**. 他剛離世/走了。 Bà ấy chờ các con đến đông đủ rồi mới **ra đi**. 她等孩子們到齊後才離世。	chờ 等 mới 剛/才 xong 完成 đông đủ 到齊 rồi 了/後/然後

Biểu thị hoạt động biểu tặng.

表示贈送活動。

đi 送/包	Chú thích 備註
Hôm ăn hỏi nhà trai **đi** bao nhiêu tráp? 訂婚那天男方家送了多少禮盒？ Chúng tôi **đi** phong bì một triệu đồng. 我們包一百萬的紅包。	tráp 盒 ăn hỏi 訂婚 nhà trai 男方家 triệu 趙/百萬 phong bì 紅包

Biểu thị động tác đeo phụ kiện lên người.

表示戴裝飾品到身上。

đi 戴/穿	danh từ (tất, dép, giày...) 名詞（襪子/拖鞋/鞋子...）	vào 進/上	Chú thích 備註
Đeo giày thì phải **đi *tất* vào**. 穿鞋就要穿上襪子。 Trời lạnh thì nên **đi *găng tay* vào**. 天氣冷就要戴上手套。			phải 要 nên 應該/該 găng tay 手套 đeo/mang 穿/戴 trời lạnh 天氣冷

Biểu thị hiện tượng, nhu cầu đại tiểu tiện của cơ thể.

表示身體想要上洗手間的現象或需求。

đi + ngoài/ tiểu 上大號（或拉肚子）/去小便/上廁所	Chú thích 備註
Con bị đau bụng **đi ngoài** mẹ ạ. 媽媽，我拉肚子。 Tôi đang buồn **đi tiểu**. 我正在想要上廁所/小便/去尿尿。	bị 被 đang 正在 buồn 想/悶悶不樂 đau bụng 肚子痛 đau bụng đi ngoài 拉肚子

2. về 回/返

Biểu thị sự di chuyển trở lại chỗ cũ hoặc một nơi nào đó xác định.

表示返回原來的地方或某個確定的處所。

về (đến) + danh từ chỉ nơi chốn 回（到） ＋ 地方名詞	Chú thích 備註
A: Mấy giờ mẹ **về nhà**? 媽媽幾點回家？ **B:** 5 giờ chiều mẹ sẽ **về đến nhà**. 下午五點媽媽會回到家。	mẹ 媽媽 chiều 下午 đến 到 mấy giờ 幾點

Biểu thị hoạt động hướng về phía mình, thường đặt cuối câu.

表示動作往自身方向，通常位於句尾。

về 回去/回來	Chú thích 備註
Em bé rụt rè thu tay **về**. 小朋友害羞把手收回去。 Bố mua rất nhiều trái cây **về**. 爸爸買很多水果回來。	bố 爸爸 em bé 小朋友 rụt rè 害羞 thu tay về 把手收回去 trái cây 水果

Biểu thị sự di chuyển hoặc được vận chuyển đến đích.

表示移動或運輸到目的。

sắp + về 快/即將 ＋ 到/靠/回/抵達	Chú thích 備註
Thuyền **sắp về** bến. 船即將靠岸。 Bưu kiện **sắp về** đến nơi rồi. 包裹快到了。	thuyền 船 bến 岸 bưu kiện 包裹 nơi 處

Biểu thị ở vào khoảng thời gian nào đó. 表示在於某一段時間。

về + đêm/ khuya/ già/ cuối đời... 邁入/進入 ＋ 夜晚/深夜/老/晚年......	Chú thích 備註
Mùa đông, trời **về đêm** rất lạnh. 冬天，晚上很冷。 **Về già**, tôi sẽ vào viện dưỡng lão. 老了/晚年，我就會進養老院。	mùa đông 冬天 đêm 晚上 già 老 viện dưỡng lão 養老院

Biểu thị cái chết(Uyển ngữ). 表示過世（口語）。

về + nơi/ cõi 入土/回到	Chú thích 備註
Về nơi yên nghỉ. 入土為安。 **Về** cõi Tây phương cực lạc. 回到西方極樂世界。	cõi 到/處/地方 vĩnh hằng 永恆 Tây phương 西方 cực lạc 極樂

II. ăn – uống 吃/喝

1. ăn 吃/飲食

Biểu thị động tác ăn, nhai.   表示吃、咀嚼的動作。

ăn 吃	Chú thích 備註
Chúng ta đi **ăn** tối thôi. 我們去吃晚餐吧! **Ăn** quả nhớ kẻ trồng cây (Tục ngữ). 食果子拜果樹（俗語）。 或：飲水思源。 　食米飯敬鋤頭。	nhớ 記得 kẻ 者/人 trồng 種 tối 晚上/暗 thôi 而已/吧/算了 chúng ta 我們/咱們

Biểu thị ăn uống nhân dịp gì đấy. 表示在某個時間、場合進食。

ăn + cưới/ hỏi/ cỗ/ Tết... 喝/訂/去/過+喜酒/訂婚/祭拜/過年（春節）	Chú thích 備註
Hôm nay, cả nhà về quê **ăn Tết**. 今天，全家回老家過年。 **Ăn cỗ** đi trước, lội nước theo sau (Tục ngữ). 自私自利（俗語）。	bố mẹ 父母/爸媽 quê 鄉下/家鄉/老家 trước sau 前後

Biểu thị sự tiêu hao nhiên liệu hơn bình thường của thiết bị điện, máy móc vận tải khi hoạt động.

表示電器、機械運轉時燃料比平常消耗得多。

ăn + điện/ xăng/ dầu... 耗+電/汽油/柴油...	Chú thích 備註
Máy lạnh cũ rất **ăn điện**. 舊的冷氣很耗電。 Con xe này mới mà **ăn xăng** quá. 這台車新，但很耗油。	quá 很/太 máy lạnh 冷氣 cũ 舊/ mới 新 con xe này 這台車

Biểu thị nhận một số tiền thông qua một phương thức nào đó.

表示一筆錢通過某種方式得來的。

ăn + hối lộ/ hoa hồng/ tiền/ lương... 收/拿/領 + 賄賂/回扣/錢/薪水	Chú thích 備註
Ông ta **ăn hối lộ** nên bị đi tù. 他收賄賂，因此坐牢。 Chúng tôi chỉ là dân làm công **ăn lương**. 我們只是一般的上班族/上班領薪水而已。	ông ta 他 hối lộ 賄賂 đi tù 坐牢 chỉ là 只是 lương 薪水

Biểu thị hấp thu cho thấm vào, nhiễm vào do bị tác động. Có thể làm tiêu hao, huỷ hoại dần dần từng phần.

表示吸收或吃進去，染上，可以讓東西消耗或壞掉。

ăn (vào) + tay/ chân/ muối/ sâu... 染/沾 ＋手/腳/鹽巴/深	Chú thích 備註
Thuốc nhuộm tóc **ăn vào tay**. 染髮劑染到手。 Cá không **ăn muối**, cá ươn (Tục ngữ). 不聽老人言，吃虧在眼前（俗語）。 Mảnh sắt bị gỉ **ăn sâu** vào bên trong. 那片鐵生鏽到裡面很深。	thuốc 藥/劑 nhuộm 染 tóc 頭髮/ cá 魚 muối 鹽巴/ ươn 腐敗 mảnh 片/ sắt 鐵 gỉ 生銹/ sâu 深 bên trong 裡面

Biểu thị phải nhận lấy, chịu lấy, có ý mỉa mai (Khẩu ngữ).

表示要受到、接受，有諷刺之意（口語）。

ăn đòn/ chửi... 挨（被）打/罵	Chú thích 備註
Hôm nay nó bị **ăn no đòn**. 今天他被狠狠打了一頓。 Trốn học đi chơi nên bị **ăn chửi**. 蹺課去玩，因此被罵。	nó 他 chửi 罵 trốn 蹺/躲 hôm nay 今天 ăn no đòn 狠狠打了一頓

Biểu thị hiện tượng gắn, dính chặt vào nhau, khớp với nhau.

表示接起來、黏在一起、吻合之現象。

ăn 黏/靈	Chú thích 備註
Băng keo này dán khá là **ăn**. 這個膠帶滿黏的。 Vì phanh không **ăn** nên xảy ra tai nạn. 因為煞車不靈，所以發生車禍。	khá 滿 phanh 煞 xảy ra 發生 băng keo 膠帶 vì... nên 因為...所以 tai nạn 事故/車禍

Biểu thị hợp với nhau, tạo nên sự hài hoà.

表示適合、吻合變成很和諧/諧和。

ăn ảnh 上相/好看 ăn khớp 一致/吻合/一樣	Chú thích 備註
Cô ấy chụp kiểu gì cũng rất **ăn ảnh**. 她怎麼拍都很好看。 Sổ sách phải **ăn khớp** với chứng từ. 帳冊與收據要一致。	gì 什麼 chụp 拍/照 ảnh 照片 kiểu 樣式 khớp 一致/吻合 sổ sách 帳冊 chứng từ 收據

2. uống 喝/飲

Biểu thị động tác đưa chất lỏng, thuốc vào cơ thể qua miệng.

表示送液體、藥進入身體通過口腔。

uống 吃/喝/飲	Chú thích 備註
Ốm thì phải **uống** thuốc đều đặn. 生病就要按時吃藥。 **Uống** nước nhớ nguồn. 飲水思源。	ốm 生病 uống 喝/吃 nguồn 源 đều đặn 按時 uống thuốc 吃藥

III. thích – ghét 喜歡/討厭

1. thích 喜歡

Biểu thị cảm giác bằng lòng, dễ chịu đối với người, sự vật, sự việc.

表示對人、事及物的滿意、舒服的感覺。

thích 喜歡	Chú thích 備註
A: Bạn **thích** đọc sách không? 你喜歡看書嗎? B: Vâng, tôi rất **thích**. 是的，我喜歡。	bạn 朋友 đọc 看 sách 書 không 嗎/不/沒 vâng 是/好的

2. ghét 討厭

Biểu thị cảm giác không hài lòng, thấy khó chịu đối với người, sự vật, sự việc. 表示對人、物及事情的不滿意、不舒服的感覺。

ghét 討厭/不喜歡/怕	Chú thích 備註
Tôi **ghét** ăn cơm bụi. 我討厭/不喜歡吃路邊攤。 **Ghét** của nào trời trao của ấy (Tục ngữ). 怕什麼就來什麼（俗語）。 或：莫非定律。	cơm 飯 bụi 灰塵 của 的 trời 天 cơm bụi 便當 trao 交/托/給/來

IV. hiểu – biết 懂–會

1. hiểu 懂

Biểu thị việc nhận ra ý nghĩa, bản chất, lí lẽ bằng trí tuệ.
表示用智慧認出本質、意思及理論。

hiểu 懂/會/瞭解/理解	Chú thích 備註
Tôi nghe không **hiểu**. 我聽不懂。 Anh ấy giải thích rất dễ **hiểu**. 他解釋很容易理解。	dễ 容易 nghe 聽 anh ấy 他 giải thích 解釋

Biểu thị sự thấu hiểu ý nghĩ, tình cảm, quan điểm của người khác.

表示深入瞭解他人的想法、感情及觀點。

hiểu + đại từ nhân xưng 瞭解 + 人稱代詞	Chú thích 備註
Anh là người **hiểu tôi** nhất. 你是最瞭解我的人。 Là bạn thân nên chúng tôi rất **hiểu nhau**. 因為是好朋友，所以我們很瞭解彼此。	nhất 最/一 nhau 彼此 người 人/者 bạn thân 好朋友

2. biết 懂/會/知道/認識

Biểu thị việc có khả năng làm, vận dụng được do học tập, luyện tập.

表示事情經學習或練習有能力做及運用。

biết 懂/會/知道	Chú thích 備註
Tôi **biết** tiếng Anh. 我懂英文。 Cô ấy **biết** cách làm rồi. 她懂/知道怎麼做了。	làm 做 tiếng 語言 Anh 英文 cách 方式

Biểu thị việc nhận rõ được thực chất hoặc giá trị.

表示認得出實質或價值。

biết + người/ ta/ mặt/ lòng.. 知人/己/心...	Chú thích 備註
Biết người **biết** ta trăm trận trăm thắng. 知人知已，百戰不敗。 **Biết** mặt mà không **biết** lòng. 知人知面不知心。	lòng 心 thắng 勝 mặt 面/臉 người 人

V.   Luyện tập và trắc nghiệm 練習及測驗
選擇對錯的句子(對打 Đ 錯打 S)

1. Mấy giờ mẹ về nhà?	
2. Tôi ăn cơm ghét bụi.	
3. Em bằng đi xe đạp.	
4. Bưu kiện đã về đến nơi.	
5. Cô ấy biết làm cách rồi.	
6. Anh là người hiểu tôi nhất.	
7. Bạn không thích đọc sách vậy?	
8. Ăn cây quả nhớ kẻ trồng.	
9. Cái máy lạnh cũ rất ăn điện.	
10. Băng keo này dán khá là ăn.	
11. Anh ấy rất dễ hiểu giải thích.	
12. Ốm thì đều phải uống thuốc đặn.	
13. Chúng tôi đi phong bì một triệu đồng.	
14. Cô ấy chụp kiểu gì cũng rất ăn ảnh.	
15. Hai bên đi đến kết luận đã thống nhất.	

BÀI 3: ĐỘNG TỪ XU HƯỚNG
第三課：趨向動詞

I. ra – vào 出-進

1. ra 出

Biểu thị sự di chuyển đến một nơi, vị trí ở phía ngoài.

表示移動到外面某一個地方、位置。

ra ngoài 外出/到外	Chú thích 備註
Bố vừa đi **ra ngoài** có việc. 爸爸剛有事情外出。 Từ trong nhà **ra ngoài** cổng đều sạch bong. 從裡到外都乾乾淨淨的。	vừa = mới 剛 đều 都 cổng 門 sạch bong 乾淨

Biểu thị việc tách khỏi, không còn sinh hoạt, hoạt động ở trong một

môi trường, tổ chức nào đó nữa.

表示從某個環境、組織、單位離開，不繼續在那裡工作了。

ra trường 畢業 ra khỏi 開除/離開	Chú thích 備註
Tôi mới **ra trường** được hai tháng. 我剛畢業兩個月。 Ông ấy vừa mới bị khai trừ **ra khỏi** Đảng. 他剛被黨組織開除。	Đảng 黨 được 得/行 khai trừ 開除 ra khỏi 出去

Biểu thị cây cối đâm chồi, nảy lộc, ra hoa và kết trái.

表示樹木長芽、開花結果。

ra hoa 開花 ra đầy 長滿	Chú thích 備註
Cây đào mới **ra hoa**. 櫻花剛開花。 Mùa xuân cây **ra đầy** lộc non. 春天樹木長滿嫩芽。	hoa 花 lộc non 嫩芽 cây đào 櫻花樹 mùa xuân 春季

Biểu thị yêu cầu phải chấp hành, thực hiện.

表示要求要實現、執行及遵守。

ra đề thi 出題/出考卷 ra điều kiện（提）出條件	Chú thích 備註
Giáo viên **ra đề thi** giữa kì. 老師出期中考卷。 Ông ấy **ra điều kiện** yêu cầu tôi phải làm theo. 他提出條件要求我照辦。	đề thi 考卷 giữa kì 期中 yêu cầu 要求 làm theo 照辦 giáo viên 老師

Biểu thị ý nghĩa trở nên, hoá thành. 表示變成、成為之意思。

ra 生/不怎麼樣	Chú thích 備註
Nó học hành chẳng **ra** gì. 他學習不怎麼樣。 Dây cà **ra** dây muống (Tục ngữ). 節外生枝（俗語）。	chẳng ra gì 不怎麼樣 cà 茄子/生事 học hành 學習

Biểu thị tính chất, ý nghĩa đúng với sự vật, sự việc được nhắc tới.

表示被提到的事務、事情與性質、意思是正確的。

A + (cho) ra + A A + 弄/就 + A	Chú thích 備註
***Làm* cho ra *làm*, *chơi* cho ra *chơi*.** 要做就做，要玩就玩。 Việc này phải nói **cho ra** *ngô*, **ra** *khoai*. 這件事要弄清楚，說明白。	làm 做 chơi 玩 ngô 玉米 khoai 地瓜 ra 出/出來

Biểu thị bước sang một mốc thời gian mới.

表示跨過另一個時間點。

ra 過/到	+ danh từ chỉ thời gian 指時間名詞 (tháng, Giêng, năm, Tết… 月/一月份/年/過年......)	Chú thích 備註
Ra Giêng anh cưới em. 一月份我會娶妳。 Mẹ bảo **ra Tết** sẽ về nước. 媽媽說過年後就會回國。		bảo 說 cưới 娶 sẽ 會/就 Tết 過年 về nước 回國

Biểu thị hướng xuất hiện của hoạt động từ trong ra ngoài, hẹp đến rộng, không đến có.

表示動作或活動從裡到外，窄到寬，無到有。

ra 出	Chú thích 備註
Nếu nói **ra** việc này thì phải chấp nhận hậu quả. 此事如果說出來就要承擔後果。 Bị cấm túc nên giờ mới được **ra** khỏi nhà, cho nó sáng mắt ra! 為了讓他明白，所以她被禁足到現在才可以出門。	cấm 禁 sáng 亮 mắt 眼睛 sáng mắt 明白/學到教訓 hậu quả 後果 chấp nhận 接受 giờ 時/點/小時/現在

Biểu thị quá trình hoạt động đạt được kết quả như mong muốn.

表示活動過程達到如願的結果。

nhận ra 認出/認清 tìm ra 找出/找到	Chú thích 備註
Mất cả tháng trời, tôi mới **tìm ra** được nó. 花了整整一個月，我才找到他。 Nó đã hiểu và **nhận ra** lỗi sai của mình. 他已經了解和認清自己的錯誤了。	được 到/得/被 lỗi sai 錯誤 mình 自己/我 mất 失去/過世/不見 cả 整/長（長子的長）

2. vào 進

Biểu thị sự di chuyển đến một vị trí ở phía trong, hẹp hơn, hoặc ở phía nam phạm vi trong nước.

表示移動到裡面比較窄或越南南部的位置。

vào Nam 進去/進南 vào trong 入內/入	Chú thích 備註
Vào Nam ra Bắc. 進南出北。 Lùi xe **vào trong** ga ra. 倒車入庫。	vào ra 進出 lùi 退/倒 ga ra 車庫 Nam Bắc 南北

Biểu thị việc trở thành người của một đơn vị, tổ chức nào đó.

表示成為某個組織、單位的人。

vào Đảng 入黨 vào biên chế 專任/正式	Chú thích 備註
Chúng tôi chuẩn bị **vào Đảng**. 我們準備入黨。 Anh Thành mới được **vào biên chế**. 誠先生剛轉為專任。	mới 新/剛/才 được 可以/能/行 chuẩn bị 準備 Thành 成/城 biên chế 編制/專任

Biểu thị chuyển sang một mốc thời gian mới nào đó.

表示轉到某個時間點。

vào 入/進入	Chú thích 備註
Bây giờ bắt đầu **vào** năm học mới. 現在開始新學期。 Sắp **vào** hè nên nóng kinh khủng. 即將入夏，所以熱爆了。	bây giờ 現在/目前 bắt đầu 開始 sắp 即將/將 nóng 熱

Biểu thị việc nào đó được làm theo đúng quy định.

表示某件事情依照規定辦理。

vào 好/學習/規矩	Chú thích 備註
Nên cho nó **vào** khuôn vào phép. 該給小朋友學習規矩的。 Mọi thứ đã chuẩn bị đâu **vào** đấy. 全部已經準備好了。	cho 給 mọi thứ 全部 khuôn phép 規矩 đâu vào đấy 到位

Biểu thị khoảng thời gian xác định một cách đại khái.

表示大致確定之時間。

vào + danh từ chỉ thời gian （於）時間名詞+期間/時候	Chú thích 備註
Cả nhà không đi đâu **vào** *dịp Tết* cả. 過年期間我們全家都沒有去哪裡。	dịp 期間 năm ngoái 去年

Vào *tầm này năm ngoái* tôi còn ở Đà Nẵng. 去年這個時候我還在峴港。	còn 還 Đà Nẵng 峴港

Biểu thị một thuộc tính được đánh giá, phân loại về đối tượng.

表示對物件之屬性進行評估或分類。

vào + loại 屬於/是	Chú thích 備註
Nó thuộc **vào loại** thâm hiểm và ghê gớm. 她屬於狡猾及陰險的類型。 Phải nói sức ăn của nó **vào loại** khỏe. 說真的，她的食量是很大的。	sức 力 thuộc 屬於 loại 種/類/類型 thâm hiểm 陰險 ghê gớm 狡猾

Biểu thị việc tiếp thu về kiến thức.

表示吸收知識。

vào 進（去）/強	Chú thích 備註
Già rồi học cái gì cũng không **vào**. 年紀大了什麼都學不進去。 Hôm nay tinh thần tốt nên học gì **vào** nấy. 今天精神好，所以學習力很強。	già 老/大 học 學/學習 hôm nay 今天 tinh thần 精神

II. lên - xuống 上/升、下/降

1. lên 上/升

Biểu thị sự di chuyển đến một vị trí ở phía trên hoặc ở phía trước.

表示往前面、上面移動。

lên 到/來/升/起	Chú thích 備註
Lên Hà Nội công tác. 我到河內出差。 Dậy đi con mặt trời đã **lên** cao lắm rồi. 孩子起床囉，太陽已經升很高了。	lên cao 升高 Hà Nội 河內 công tác 出差 dậy 起來/起床 mặt trời 太陽 lắm 太/很

Biểu thị việc tăng số lượng đạt một mức, một cấp cao hơn.

表示數量增加達到一個很高的階級或標準。

lên + giá 漲價 lên + chức... 升官/升職/升格	Chú thích 備註
Dạo này hàng **lên giá** kinh khủng. 最近貨物的價格漲得驚人。 Cô ấy mới **lên chức** trưởng phòng. 她剛升處長。	mới 剛/才/新 hàng 貨/貨物 dạo này 最近 kinh khủng 驚人/可怕 trưởng phòng 處長

Biểu thị độ tuổi dưới mười.

表示十歲以下的意思。

lên + độ tuổi dưới 10 到/來/升/起 + 年齡 10 歲以下	Chú thích 備註
Nhanh thật, bé đã **lên năm** rồi. 真快，孩子已經五歲了。 Nó tội lắm, bố mẹ li dị từ khi **lên ba**. 她很可憐，三歲時父母就離婚了。	nhanh 快 thật 真/tội 可憐 li dị 離婚 khi 時

Biểu thị sự phát triển được nhận ra bởi biểu hiện bên ngoài.

表示事情發展的外觀能夠被認出。

lên 長/開	Chú thích 備註
Tuổi dậy thì nên mặt **lên** đầy mụn. 青春期因此臉上都是痘痘。 Tháng này lúa đang **lên** đòng. 這個月稻米在開花。	tuổi dậy thì 青春期 mụn 痘痘 lúa 稻米 lên đòng 開花

Biểu thị trạng thái ở dạng hoàn chỉnh, đầy đủ.

表示完整、足夠的狀態。

lên 安排/上/調	Chú thích 備註
Em **lên** xong kế hoạch giúp anh rồi. 我已經幫你安排好行程了。 Tình hình căng như đàn đã **lên** dây vậy. 情況很緊張，像箭在弦上。	kế hoạch 行程/計畫 giúp 幫/協助 tình hình 情形 đàn 琴/ 群（量詞）

Biểu thị hướng di chuyển đến một vị trí cao hơn hay ở phía trước.

表示前往前面、高的位置。

động từ (chạy, bay, đá, nhìn, quay...) 動詞（跑/飛/踢/看/轉......)	+ lên 上/前	Chú thích 備註
Nó thình lình **chạy lên** phía trước. 他突然往前跑。 Rất nhiều bong bóng đang **bay lên** trời. 很多泡泡往天上飛。		bay 飛 chạy 跑 phía 方向 thình lình 突然 bong bóng 泡泡

Biểu thị phạm vi hoạt động, tác động ở bề mặt của sự vật.

表示事物的表面被接觸的範圍。

động từ 動詞 (viết, đăng, dán, vẽ... 寫/登/貼/畫....)	+ lên 上	+ danh từ 名詞	Chú thích 備註
Cấm *viết* **bậy** *lên tường*. Cấm không được *viết* **bậy** *lên tường*. 禁止在牆上亂寫。 Bài báo đã được *đăng lên mạng*. 這篇文章已經被刊登在網路上。			viết 寫 bậy 亂 tường 牆壁 mạng 網路 bài báo 報導 đăng 燈/登/刊登

Biểu thị hướng phát triển của hoạt động, tính chất từ ít đến nhiều, từ không đến có.

表示活動、性質的發展從少到多、從無到有。

lên 起/得	Chú thích 備註
Chân em sưng **lên** to quá. 我的腳腫得很大。 Làm sao mà giám đốc tức phát điên **lên** thế? 為什麼經理氣得要命的呢?	to 大 sưng 腫 phát điên 發瘋 làm sao 為什麼 tức phát điên 氣得要命

2. xuống 下/降

Biểu thị sự di chuyển đến một vị trí thấp hơn.

表示移動到比較低處。

xuống + danh từ (núi/ ngựa/ lầu...) 下+名詞（山/馬/樓...）	Chú thích 備註
Tôi đang chạy bộ **xuống** núi. 我正在跑步下山。 Anh đang học cách **xuống** ngựa. 我正在學下馬的方法。	núi 山 đang 正在 cách 方法 ngựa 馬 chạy 跑 chạy bộ 跑步

Biểu thị việc giảm số lượng, hạ mức độ, cấp bậc.

表示階級、程度、數量減少（下降）。

xuống 下/降/跌/下跌	Chú thích 備註
Mấy hôm nay hàng hóa **xuống** giá. 這幾天物價下跌。 Anh ấy từ trưởng phòng đã bị **xuống** chức thành nhân viên thường. 他從處長被降為一般的職員。	thành 成 xuống giá 降價 xuống chức 降職 nhân viên 員工 thường 常/一般

Biểu thị hướng di chuyển từ vị trí cao đến vị trí thấp hơn.

表示從高處往低處的移動。

xuống 到/讓（步）	Chú thích 備註
Tôi lặn sâu **xuống** dưới đáy sông. 我潛到河底。 Phải **xuống** nước thì mới thương lượng được. 要讓步才可商量。	sâu 深 lặn 潛水 xuống nước 讓步/下水 thương lượng 商量

Biểu thị hướng biến đổi của hoạt động, tính chất từ cao đến thấp, từ nhiều đến ít.

表示動作、性質的變化從高到低，多到少。

xuống 下去/下降	Chú thích 備註
Lốp xe xịt hơi nên bị xẹp **xuống**. 輪胎沒氣，所以扁了下去。 Ở trên núi cao nhiệt độ giảm **xuống** đột ngột. 在高山溫度突然下降。	lốp 輪胎 giảm 降/減 nhiệt độ 溫度 đột ngột 突然

III. qua/ sang 過/去/到

1. qua 去/來/到/過/經過

Biểu thị việc di chuyển đến một nơi nào đó.

表示移動到某個地方。

qua 去/來/到/過/經過	Chú thích 備註
Chút nữa, anh **qua** đây gặp tôi nhé! 等一下，你過來找我喔! Em đi làm về thì **qua** nhà ngoại ăn tối luôn. 妳下班就直接去娘家吃晚餐。	nhé 吧 luôn 順便/直接 chút nữa 等一下 nhà ngoại 外婆

Biểu thị việc đi lại có tính chất hai chiều của động tác hoặc sự việc.

表示動作或事情通行有雙向的性質。

qua lại 來回/雙向/雙方/互相	Chú thích 備註
Sự ảnh hưởng này do mối quan hệ **qua lại**. 這個影響由於雙方的關係。 Cứ đến giờ tan tầm là xe cộ **qua lại** tấp nập. 一到下班時間，車潮就很擁擠。	xe cộ 車子 quan hệ 關係 ảnh hưởng 影響 tấp nập 熱鬧/擁擠 giờ tan tầm 下班時間

Biểu thị sự phớt lờ, không thèm hỏi ý kiến, tỏ ra coi thường.

表示不在乎，不需要詢問意見，表示瞧不起。

(dám) qua mặt （敢）跳過/不理	Chú thích 備註
Anh **dám qua mặt** cả ông ấy hả? 你敢不理他哬？ Tụi nó to gan thật **dám qua mặt** tôi cơ đấy! 他們很大膽敢跳過我呢!	tụi nó 他們(不尊稱) dám 敢/粗粗的 to gan 大膽 cơ đấy 呢/呀

2. sang 來/到/去/過/就

Biểu thị việc di chuyển đến một nơi khác với khoảng cách được cho là gần. 表示移動到某個地方及近的距離。

sang 到/去/過/就	Chú thích 備註
Lúc nào rỗi thì em **sang** thăm anh. 何時有空我就去看你。 Anh ấy đang bơi **sang** bên kia sông. 他游到河的對岸。	rỗi 有空 lúc nào 何時 thăm 探望/看 bơi 游泳 bên 邊 sông 河/江

Biểu thị sự chuyển quyền sở hữu cho người khác.

表示轉讓使用權給他人。

sang + tên/ quán/ nhà/ đất 過/給+戶/店面/房子/土地	Chú thích 備註
Anh **sang tên** qua cho em luôn nhé! 你順便幫我過戶一下吧! Tôi mới **sang quán** cho bà ấy xong. 我剛把店面給她了。	mới 剛 tên 戶/名字 quán 店 xong 完 luôn 順便

Biểu thị quá trình vận động, phát triển sang một trạng thái khác, hoặc khoảng thời gian tiếp liền theo sau đó.

表示運動、發展的過程到另一個狀態或緊接著在後面。

sang + danh từ chỉ thời gian (hè/ tuần…) 到/下 + 時間名詞（夏天/星期…）	Chú thích 備註
Hết xuân rồi lại **sang hè**. 春天結束就到夏天。 **Sang tuần** mới được lĩnh lương. 下星期才能領到薪水。	lại 又/再/到 rồi 然後 hết 結束/沒 tuần 周/星期/巡邏 lĩnh lương 領薪水

Biểu thị việc sao chép nội dung, bằng một phương thức nào đó.

表示用什麼方式燒錄內容。

sang 燒錄/到	Chú thích 備註
Lúc nãy em mới đi **sang** đĩa về. 我剛才去燒光碟回來。 Anh cóp phim này **sang** usb giúp em nhé! 你幫我燒錄這部電影到隨身碟吧!	cóp 燒 lúc nãy 剛才 phim 電影 usb/ thẻ nhớ 隨身碟

Biểu thị sự chuyển hướng hoạt động đến một đối tượng khác.

表示活動方向轉到其他對象。

sang 就/又	Chú thích 備註
Lúc nào cũng học, hết học toán lại **sang** học văn. 時時刻刻都要學習,學完數學就學國文。 Không hiểu sao mà anh ấy mới vui vẻ đã chuyển ngay **sang** tức giận. 不懂為什麼,他剛才明明很開心的,馬上就生氣了。	toán 數學 văn 國文/文 hiểu 懂 sao 為什麼 vui vẻ 開心 ngay 馬上 tức giận 生氣

IV. mất 不見/消失

Biểu thị không có, không thấy, không tồn tại nữa.

表示沒有、看不到、不存在了。

(thì) mất （就）消失/不見/停	Chú thích 備註
Đang hát hò vui **thì** mất điện. 正在高興地唱歌就停電。 Tôi chưa nhìn rõ **thì** nó đã biến mất. 我還沒看清楚他就消失/不見了。	hát hò 唱歌 mất điện 停電 nhìn rõ 看清楚 biến mất 消失

Biểu thị điều, vật không còn thuộc về mình nữa.

表示事情、事物不再屬於自己了。

động từ + mất 動詞 + 不見/消失/掉/失去	Chú thích 備註
Trộm nó **ăn cắp mất** cái ví tiền của tôi rồi. 他偷走我的錢包了。 Hôm qua, chị ấy **bị lạc mất** chú chó cưng. 昨天，她的愛狗走失了。	ăn cắp 偷走 ví tiền 錢包/皮包 hôm qua 昨天 bị lạc 迷路/走失

Biểu thị dùng hết thời gian, công sức hoặc tiền của vào việc gì đấy.

表示用盡時間，力氣或財務在某件事情上。

mất 花	Chú thích 備註
Áo này phải **mất** hai hôm mới may xong. 這件上衣要花兩天才會做好。 Ôi! Đúng là **mất** bao nhiêu là tiền của. 天啊！真是花了不少金錢。	áo 上衣 tiền của 金錢 mất 花/不見/過世 xong 完成/結束 may 縫/車/縫紉 đúng là 真是/真的

Biểu thị cái chết. (Uyển ngữ)

表示過世。（婉語）

mất 過世	Chú thích 備註
Cả bố lẫn mẹ đều **mất** từ hồi tôi mới lên năm. 我才五歲的時候，父母就過世了。 Ông bà nội cũng **mất** đã được hai năm nay rồi. 我爺爺奶奶過世已經兩年了。	hồi 時候/回/返 ông bà nội 爺爺奶奶 cả ... lẫn 一起

V. Luyện tập và trắc nghiệm 練習及測驗（組成正確的句子）

1. vào/ Lùi xe/ ga ra. / trong

   …………………………………………………………………

2. ra ngoài/ Bố / vừa / việc./ đi / có

   …………………………………………………………………

3. Sắp/ nên / nóng /vào hè / kinh khủng.

   …………………………………………………………………

4. xong/ Em lên/ giúp anh/ kế hoạch/ rồi.

   …………………………………………………………………

5. Ông ấy/ làm theo./ ra điều kiện/ yêu cầu / tôi/ phải

   …………………………………………………………………

6. đang/ Rất nhiều/ bay/ bong bóng/ lên trời.

   …………………………………………………………………

7. Ở trên/ giảm xuống/ núi cao/ nhiệt độ/ đột ngột.

   …………………………………………………………………

8. thì/ Em / đi làm về/ ăn tối/ luôn./ qua nhà ngoại

   …………………………………………………………………

9. Anh ấy/ bơi sang/ đang/ bên kia sông.

   …………………………………………………………………

10. ăn cắp /Trộm/ rồi. /nó / mất / của tôi / cái ví tiền

    …………………………………………………………………

BÀI 4: ĐỘNG TỪ TÌNH THÁI
第四課：情態動詞

I.   nên/ cần/ phải/ nên phải, cần phải 要/必要/需要

Động từ biểu thị sự đánh giá, khuyên bảo về mức độ cần thiết:
nên, cần, phải, cần phải.

動詞：成、要、需要等，表示對需要程度的評價及勸言。

1. nên 要/需要

Biểu thị kết quả cuối cùng.

表示最終的結果。

nên + danh từ 成 + 名詞	Chú thích 備註
Chăm chỉ học hành thì sẽ **nên *người***. 認真學習就會成才。 Một cây làm chẳng **nên *non***, ba cây chụm lại nên hòn núi cao (Tục ngữ). 一木不成林（俗語）。 獨木不成林。 一人不成眾。	chăm chỉ 認真 học hành 學習 nên người 成才 làm chẳng nên 辦不成/成不了 chụm lại 在一起

Biểu thị ý khuyên bảo, việc, điều nói đến nếu thực hiện được thì sẽ tốt hơn.

表示勸言之意，提到的事情若能辦到就會更好。

nên + động từ 應該/要 ＋ 動詞	Chú thích 備註
Tôi nghĩ là anh **nên** *đi*. 我想你應該/要去。 Theo chị, việc này **nên** *nói* hay không nhỉ? 依妳看，這件事該不該說呢？	nghĩ 想 theo 依照 hay 還是 nhỉ 呢

2. cần 要/需要

Biểu thị việc hợp lý nhất thiết phải làm.

表示合理及必要做的事情。

cần + động từ 要/需要 ＋ 動詞	Chú thích 備註
Chị phải đi mua mấy thứ **cần** dùng cho đám hỏi ngày mai. 我必須要去買一些明天訂婚要用的東西。 Quy định này **cần** thông báo cho nhân viên trong công ty biết. 這個規定需要通知給公司內的員工知悉。	mua 買 mấy thứ 一些東西 đám hỏi 訂婚 quy định 規定 thông báo 通知 nhân viên 員工 công ty 公司

3. phải 必須/要

Biểu thị trong điều kiện bắt buộc.

表示必要的條件。

phải + động từ 必須/要 + 動詞	Chú thích 備註
Con cái **phải** *nghe* lời cha mẹ. 子女要聽從父母的話。 Việc này **phải** *làm* xong trước 3 giờ chiều nay. 今天下午三點前要把這件事情做完。	con cái 子女 nghe lời 聽話 cha mẹ 父母 việc 事情 xong 完

Biểu thị việc chịu tác động không hay, không có lợi.

表示接受的成效不好、不利之影響。

động từ (ăn/ uống/ mua/ gặp/ thấy/ nhìn/ sờ/ động/ chạm/ cắn/ giẫm... 動詞（吃/喝/買/見/看/視/摸/動/觸摸/咬/踩 ...）	+ phải 到	Chú thích 備註
Ăn phải thức ăn thiu nên bị ngộ độc. 吃到過期/壞的食物，所以中毒。 Vì xui nên *gặp phải* kẻ thâm hiểm, do vậy bị vạ lây. 因為倒楣所以遇到奸詐的人，因此才被拖累。		thức ăn 食物 ngộ độc 中毒 xui 倒楣 vạ lây 拖累

Biểu thị việc gặp lúc, hoàn cảnh nào đó.

表示遇到某時候或處境。

đúng/ lại gặp + phải lúc/ hôm 正好/又遇到 ＋ 剛好/一天	Chú thích 備註
***Đúng* phải** lúc cháy túi mới khổ chứ! 正好遇到沒錢的時候，才叫苦呢！ Đi xa ***lại gặp* phải** hôm trời mưa to gió lớn. 出遠門又遇到颱風大雨。	khổ 苦 cháy 燒 túi 口袋/袋子 cháy túi 沒錢 đi xa 出遠門 mưa gió 風雨

4. nên phải, cần phải 要/必要/需要

Biểu thị điều bắt buộc phải làm, do tác động bởi một lý do nào đó.

表示必要做，受某個理由之影響。

lý do + nên phải + động từ 理由 ＋ 所以（因此）要 ＋ 動詞	Chú thích 備註
Tôi ***sốt* nên phải** xin nghỉ làm. 我發燒，**所以要**請假。 ***Việc chưa xong* nên phải** tăng ca. 事情未完成，**所以要**加班。	sốt 發燒 xin nghỉ 請假 chưa 未/了沒? tăng ca 加班

Biểu thị điều bắt buộc phải thực hiện.

表示必執行的事情。

cần phải + động từ 需要 ＋ 動詞	Chú thích 備註
Đây là vấn đề **cần phải** giải quyết ngay. 這是需要馬上解決的問題。 Các bước **cần phải** thực hiện khi thao tác máy. 當操作機械的時候，各步驟都需要執行。	vấn đề 問題 giải quyết 解決 bước 步驟/步伐 thao tác 操作

II. có thể, không thể, chưa thể 可以/不可以/還不可以

Động từ biểu thị sự đánh giá về khả năng: **có thể, không thể hoặc chưa thể.**

動詞表示對可能只評價如：可以、不可以或還不可以。

1. có thể 可以

Biểu thị khả năng thực hiện việc gì đó một cách khá chắc chắn.

表示可以確定能做某件事情。

có thể + động từ 可以 ＋ 動詞	Chú thích 備註
Tôi có thể giúp bạn làm bài tập. 我可以幫你做作業。 Mình có thể mua cho bạn hai quả táo ngon. 我可以買給你兩顆好吃的蘋果。	giúp 幫/幫忙 có thể 可以 bài tập 功課 quả táo 蘋果

2. không thể 不可以

Biểu thị không đủ khả năng, điều kiện làm việc gì đó, đối lập với "có thể."

標示能力不足、條件為了做某件事情，與"可以"相反。

không thể + động từ 無法/不可以 + 動詞	Chú thích 備註
Chúng tôi không thể tiết lộ bí mật của công ty. 我們無法洩漏公司的機密。 Tôi không thể làm việc trái với lương tâm của mình. 我無法違背自己的良心。	tiết lộ 洩漏 bí mật 秘密 trái với 違背 lương tâm 良心

3. chưa thể 還不可以

Biểu thị sự việc cho tới thời điểm hiện tại vẫn không được giải quyết.

表示事情到目前未能/還沒辦法解決。

chưa thể + động từ 沒辦法/未能/還不可以 + 動詞	Chú thích 備註
Họ chưa thể bồi thường ngay cho chúng ta. 他們沒辦法馬上賠償給我們。 Tôi chưa thể xác định được việc này nên làm như thế nào? 我未能確定此事如何處理？	chưa thể 還不可以 bồi thường 賠償 xác định 確定 như thế nào 如何

III. bị, được, mắc 被/得/淋

Động từ biểu thị tính bị động do tác nhân nào đó đối với chủ thể: **bị, được, mắc.**

動詞表示主體受到某個動作的影響：被、受、淋。

1. bị 被

Biểu thị chủ thể chịu sự tác động không có lợi.

表示主體受不利的影響。

bị + động từ 被 + 動詞 bị + danh từ + động từ 被+名詞+動詞	Chú thích 備註
Đen thật! Tôi đã ho lại còn **bị *sốt*.** 真倒楣！我咳嗽還發燒。 Cả vườn rau **bị *ốc sên ăn*** hết sạch. 整個菜園都被蝸牛吃光光。	ho 咳嗽 ốc sên 蝸牛 đen 倒楣/黑 vườn rau 菜園 hết sạch 乾淨/光光

2. được 得/得到/獲/受

Biểu thị sự tiếp nhận, hưởng điều kiện thuận lợi.

表示接受、享受順利的條件。

được 得/得到/獲/受	Chú thích 備註
Em ấy **được** nhiều người quý. 他得到很多人的疼愛。 Áo quần phơi **được** nắng nên rất thơm. 衣服曬得很乾，所以香噴噴的。	thơm 香 quý 疼愛/貴/貴重 áo quần 衣服 phơi nắng 曬太陽

Biểu thị có quyền, nghĩa vụ, điều kiện làm việc gì đó.

表示有權利、義務及條件做某件事情。

được 是/會有	Chú thích 備註
Quyền và nghĩa vụ của công dân **được** quy định đầy đủ trong Hiến pháp. 公民的權利和義務是受憲法的所有規定。 Công dân đủ 18 tuổi trở lên có quyền **được** tham gia bầu cử và ứng cử. 滿 18 歲以上的公民就會有權參選及投票。	quyền 權 nghĩa vụ 義務 công dân 公民 quy định 規定 hiến pháp 憲法 bầu cử 投票 ứng cử 參選

Biểu thị đạt đến mức độ nào đó về số lượng, thời gian, tuổi tác.

表示達到一定程度之數量，時間及年齡。

được + số từ (cụ thể/ áng chừng) 到 + 數詞（具體/大致）	Chú thích 備註
Con gái tôi ba tuổi và **được 15 cân**. 我女兒三歲重 15 公斤。 Mới đến **được mấy phút** mà đã vội về rồi. 剛來沒幾分鐘就急著要回去了。	tuổi 歲 cân 斤 mấy 幾 phút 分 vội 急著/匆忙

Biểu đạt hành động dứt khoát, không đổi ý của đối tượng.

表示對象不改變意思及很果斷、俐落的動作。

động từ + cho bằng được 動詞 ＋ 要得到不可/非不可/非……不可	Chú thích 備註
Khuyên mãi mà nó vẫn **đi *cho bằng được***. 一直勸，但她仍然非去不可。 Hư thật! Muốn cái gì là **giành *cho bằng được***. 真不乖！想要什麼東西就非搶到手不可。	khuyên 勸 mãi 老是/一直 vẫn 還是/仍是 hư 不乖/壞掉 giành 搶/拿到

3. mắc 上/掛

Biểu thị động tác móc vào để treo giữ.

表示掛上去、掛進去的動作。

mắc 掛	+ danh từ 名詞 (áo quần, màn, võng, rèm… 衣服、蚊帳、吊床、窗簾……)	Chú thích 備註
	Trước khi đi ngủ con nhớ **mắc *màn*** nhé! 睡前你記得掛蚊帳喔！ Ông ngoại **mắc *võng*** ru cháu ngủ. 外公掛吊床哄外孫睡覺。	ru 哄 nhớ 想/記得 màn 蚊帳 võng 吊床 cháu 孫子/我 ông ngoại 外公

Biểu thị bị giữ lại, bị cản trở, khó gỡ ra, khó thoát khỏi.

表示被留住、受阻礙、很難解開、很難脫身等。

(bị) mắc 被/上/淋/遇到	Chú thích 備註
Cá **mắc** câu biết đâu mà gỡ (Ca dao)? 魚上鉤怎麼知道如何解開（歌謠）？ Vừa ra khỏi nhà thì **bị mắc** mưa. 剛出門就被雨淋。	gỡ 解開 vừa 剛 mưa 與 câu 鉤/句子/吊 biết đâu 怎麼知道

Biểu thị bận việc gì đó hoặc sự nợ nần (Phương ngữ).

表示忙事情或有債務（方語）。

mắc + (chút) chuyện/ việc 有 + 點事 mắc nợ + ai đó/ ngôi thứ ba 欠債 + 謀個人/第三人稱	Chú thích 備註
Em **mắc chút chuyện** nên chưa thể đến công ty được ngay bây giờ. 我有點事，所以沒辦法馬上到公司。 Tôi còn **mắc nợ anh ấy** 200 ngàn. 我還欠他二十萬。	còn 還 ngàn 千 bây giờ 現在 chưa thể 未能 chút chuyện 一點事情 nên 因此/應該/所以

Biểu thị muốn đi vệ sinh (ỉa, đái). (Phương ngữ)

表示想上洗手間（大小便）。（方言）

mắc + đi vệ sinh (ỉa, đái, tiểu, tè) 想+去/上洗手間（大小號）	Chú thích 備註
Xong chưa? Đang **mắc tiểu** nè. 好了沒？正想尿尿呢。 Đang **mắc ỉa** mà không tìm thấy toa lét đâu cả. 正想上廁所，但找不到洗手間。	nè 呢 đâu 哪 cả 年長 toa lét 廁所 tìm thấy 找到

IV. trông, mong, muốn, cầu 看/期待/想/求

1. trông 看

Biểu thị hành động dùng mắt quan sát người, sự vật, hiện tượng một cách tình cờ.

表示無形中用眼睛觀察人事物、現象的動作。

trông + thấy 看 + 到/見	Chú thích 備註
Vừa nãy, anh **trông thấy** em ở siêu thị. 剛剛，我在超市裡面看到你。	nhìn 看 thấy 見/到 vừa nãy 剛剛 siêu thị 超市
Nhìn lên cao mà không **trông thấy** gì cả. 往上看而沒看到什麼東西。	

Biểu thị hành động để ý, coi giữ một cách cẩn thận.

表示謹慎留意、顧著的動作/行為。

trông + danh từ 看/顧 + 名詞	Chú thích 備註
Bà ngoại **trông** *nhà* và trông cháu hộ. 外婆幫忙看家及顧孩子。 Con ở nhà **trông** *em* cho mẹ. 你在家幫媽媽顧弟弟。	bà ngoại 外婆 trông 看/顧 trông nhà 看家 trông em 顧妹妹/弟弟

Biểu thị hướng đến hy vọng, mong đợi được giúp đỡ.

表示傾向希望、期待得到協助、幫助。

trông (chờ/ cả) + vào 靠/指望	Chú thích 備註
Việc này đều **trông** *cả vào* chị đấy. 這件事情全靠你了。 Lúc hoạn nạn không biết **trông** *chờ vào* ai. 患難時不知指望誰。	ai 誰 lúc 時 trông 靠/看 hoạn nạn 患難 vào 於/進/入 cả 全/全部/一切

2. mong 希望/期待

Biểu thị trạng thái đang muốn điều gì, việc gì đó sớm xảy ra.

表示正希望對某件事情早點發生的狀態。

mong (sao) 希望/期待	Chú thích 備註
Mong sao cho nhanh hết dịch Covid-19. 希望新冠病毒的疫情早點結束。 Tôi **mong** từng phút từng giây sớm tìm ra kẻ phạm tội. 我每分每秒都希望早日找到嫌犯。	nhanh 快 hết 結束 từng 每 phút 分 giây 秒 phạm tội 犯罪

Biểu thị nguyện vọng, mong ước.

表示心願、願望。

mong 請/希望/期待	Chú thích 備註
Mong ông bà thông cảm cho. 請您們諒解。 Chuyện gì đến thì nó sẽ đến, chỉ **mong** mọi việc được thuận lợi. 事情發生就會發生，只希望一切順利。	chỉ 只 được 得 ông bà 您們 thông cảm 諒解 mọi việc 一切 thuận lợi 順利

3.   muốn 想

Biểu thị sự đòi hỏi của người nói đối với một điều gì đó.

表示發言者對某件事的要求。

muốn + động từ 想 + 動詞	Chú thích 備註
Không chịu học mà lại **muốn *thi đỗ*** đại học. 不想認真學習又想考上大學。 Trời nóng chẳng muốn làm gì, chỉ **muốn *được ăn kem*** giải nhiệt. 天氣熱，什麼事都不想做，只想吃霜淇淋解熱。	chịu 受 nóng 熱 kem 霜淇淋 thi đỗ 考上 đại học 大學 chẳng muốn 不想 giải nhiệt 解熱

Biểu thị dấu hiệu sắp chuyển sang một trạng thái khác.

表示準備轉到另一個狀態的訊息。

muốn 想/要	Chú thích 備註
Nó buồn buồn có vẻ **muốn** về ngay. 他悶悶不樂似乎想馬上回去。 Bão lớn như **muốn** giật tung mái nhà lên. 大颱風像要把屋頂掀開。	lên 似的/起來 có vẻ 似乎/好像 bão lớn 大颱風 mái nhà 屋頂 giật tung 撕開/撕破 buồn buồn 悶悶不樂

4. cầu 求

Biểu thị muốn theo đuổi điều có lợi cho bản thân.

表示想追求個人的名利。

cầu 求	Chú thích 備註
Bán nước **cầu** vinh. 賣主求榮。 Suốt ngày chỉ biết mưu **cầu** danh lợi. 整天只會奢求名利。	vinh 榮 bán nước 叛國/賣主 suốt ngày 整天 danh lợi 名利

Biểu thị mong muốn cầu xin thần linh ban cho điều tốt lành.

表示想請求神明賜予好事。

cầu 請求	+ xin/ trời/ cho + 天/神/給	Chú thích 備註
Cầu *xin thần linh cho* con sức khỏe. 請求神明給我健康。 Con **cầu *trời khấn Phật*** phù hộ độ trì ***cho*** con làm ăn tấn tới. 請求神明助我生意興隆。		thần linh　神明 khấn Phật　求神明 phù hộ độ trì 幫助 làm ăn tấn tới 生意興隆

Biểu thị nhu cầu về hàng hoá. 表示貨物之需求。

cầu 求/請求	Chú thích 備註
Tôi nghĩ có cung ắt sẽ có **cầu** anh ạ. 我認為/想有供就必有求。	ắt 必 nghĩ 想/認為
Điều tra nhu cầu thị trường xem cung có quá **cầu** hay không? 市場調查看是否供過於求？	điều tra 調查 nhu cầu 需求 thị trường 市場

V. Luyện tập và trắc nghiệm 練習及測驗(選對錯 Đ/S)

1. Tôi nghĩ là anh nên đi.	
2. Con cho ở nhà trông em mẹ.	
3. Cả vườn rau bị ốc sên ăn hết sạch.	
4. Việc chưa xong phải nên tăng ca.	
5. Tôi còn 200 mắc nợ anh ấy ngàn.	
6. Mong sao nhanh hết dịch Covid-19 cho.	
7. Mình có thể mua cho hai quả táo ngon bạn.	
8. Họ chưa thể bồi thường ngay cho chúng ta.	
9. Không chịu học mà lại muốn thi đỗ đại học.	
10. Chúng tôi không thể tiết lộ bí mật của công ty.	

BÀI 5 : ĐỘNG TỪ TỒN TẠI
第五課：存在動詞

I. còn 還/剩/活

Biểu thị sự tiếp tục tồn tại. 表示繼續存在。

còn 活/在	Chú thích 備註
Kẻ mất, người **còn** dương gian cách biệt. 人死、人活陰陽離別。 Anh ấy đã ra đi mãi mãi, không **còn** ở bên em nữa rồi. 他已經永遠離開，不在我身邊了。	nữa 再 ra đi 離開 cách biệt 離別 mãi mãi 永遠

Biểu thị sự diễn ra tiếp tục, chưa bị mất đi.

表示未消失、繼續發生。

còn 還/剩	Chú thích 備註
Bác sĩ ơi **còn** nước còn tát. 醫生，還有希望就搶救吧。 Chúng tôi vẫn **còn** ở trên núi. 我們還在山上。	vẫn 還 bác sĩ 醫生 trên núi 山上

II.　có 有

Biểu thị trạng thái tồn tại chung.

表示共同存在之狀態。

có 有	Chú thích 備註
Ngoài kia **có** người đang bấm chuông. 外面有人在按電鈴。 Thu nhập thất thường lúc **có** lúc không. 收入不穩定/時好時壞。	ngoài kia 外面 bấm chuông 按鈴 thu nhập 收入 thất thường 不穩 lúc ... lúc ...有時 ...有時

Biểu thị trạng thái tồn tại giữa người, sự vật.

表示事物、人之間存在的狀態。

có 有	Chú thích 備註
Trong nhà **có** của ăn của để. 家中有足夠的財產。 Tôi **có** quyền đi bầu cử và tham gia ứng cử. 我有權去投票及參選。	của ăn của để 有足夠的財產 quyền 權 bầu cử 投票 tham gia 參 ứng cử 參選

Biểu thị sự tồn tại giữa chỉnh thể với bộ phận.

表示整體與部分的存在。

có 有	Chú thích 備註
Bàn **có** hai ngăn kéo. 桌子有兩個抽屜。 Quần này **có** nhiều túi nhỏ. 這條褲子有很多小口袋。	nhỏ 小 túi 口袋 bàn 桌子 quần 褲子 ngăn kéo 抽屜

Biểu thị mối quan hệ nguồn gốc, thân thuộc, tác động qua lại.

表示根源、親戚關係，互相作用。

có 有	Chú thích 備註
Nhà tôi **có** hai cô công chúa. 我們家有兩位千金。 Nói **có** sách, mách **có** chứng (Tục ngữ). 說話要有憑有證（俗語）。	chứng 證 nhà 房子/家 sách 書/憑 công chúa 公主/千金/女兒

III. hết 沒/完/到期

Biểu thị sự tiêu hao, mất dần.

表示消耗、漸漸消失。

hết 完/到期	Chú thích 備註
Hàng này đã **hết** hạn sử dụng. 此產品的使用期限已到期。 **Hết** sạch tiền, không còn một xu dính túi. 沒錢了，一毛錢也不剩/口袋空空的。	tiền 錢 dính 黏 hàng 貨/貨品 hết hạn 到期

Biểu thị đạt đến mức cao nhất.

表示達到最高的標準。

hết 盡/出	Chú thích 備註
Sống **hết** lòng vì người khác. 為別人盡心地對待。 Tôi lấy **hết** can đảm và cố gắng hết sức để cứu nó. 我拿出全部勇氣及努力去救她。	cứu 救 sống 活/生 hết lòng 盡心 lấy hết 全部拿 can đảm 勇氣 cố gắng 努力 hết sức 盡力/沒力

Biểu thị sự mất đi một khoản, một lượng.

表示失去一筆、量。

hết + số lượng 完 + 數量	Chú thích 備註
Mất **hết *cả mấy chục*** ngàn. 花了十幾萬。 Uống **hết *hai thùng*** bia Heniken. 喝完兩箱海尼根的啤酒。	chục 十 ngàn 千 thùng 箱 bia 啤酒 Heniken 海尼根

IV. khỏi 沒/不/好/康復

Biểu thị sự thoát ra, không còn ở trong phạm vi hay giới hạn.

表示脫離，不再在範圍或限制內。

khỏi 到/脫離	Chú thích 備註
Muốn chạy **khỏi** ra ngoài để khóc thật to. 想跑到外面大聲地哭出來。 Chỉ muốn thoát **khỏi** sự khống chế của nó. 只想脫離他的控制。	to 大 chạy 跑 khóc 哭 thoát 脫離 khống chế 控制

Biểu thị đã thoát khỏi tình trạng, trạng thái nguy hiểm, nguy cấp.

表示已經脫離危險、危急的狀態及情形。

khỏi 康復/過/好	Chú thích 備註
Ốm đã **khỏi** bệnh. 生病已經好了/康復了。 May quá! Tai qua nạn **khỏi**. 幸好！災難已經過了。	đã 已經 quá 太/過 khỏi 好/康復 bệnh 病/生病 may 裁縫/幸運/幸好 tai nạn 災難/事故

Biểu thị ý phủ định sự cần thiết của một sự việc.

表示一件事情的需求的否定。

khỏi (phải) + động từ 不（要）+ 動詞	Chú thích 備註
Anh **khỏi** *lo*. Tôi đi ngay bây giờ. 你不用擔心。我現在馬上去。 **Khỏi** *nói*, tôi biết anh muốn nói gì rồi. 不用說，我知道你要說什麼了。	nói 說/講 gì 什麼 ngay 馬上/立即 muốn 想/想要 bây giờ 現在/目前

V. Luyện tập và trắc nghiệm 練習及測驗 (越翻中，選答案)

	A.	B.	C.	D.
	E.	F.	G.	H.

A.	Ốm đã khỏi bệnh.
B.	Chúng tôi vẫn còn ở trên núi.
C.	Uống hết hai thùng bia Heniken.
D.	Khỏi nói tôi biết anh muốn nói gì rồi.
E.	Ngoài kia có người đang bấm chuông.
F.	Hàng này đã hết hạn sử dụng.
G.	Muốn chạy khỏi ra ngoài để khóc thật to.
H.	Tôi lấy hết can đảm và cố gắng hết sức để cứu nó.

1.	想跑到外面大聲地哭出來。
2.	不用說，我知道你要說什麼了。
3.	我拿出全部勇氣及努力去救她。
4.	喝完兩箱海尼根的啤酒。
5.	生病已經好了。
6.	此產品的使用期限已到期。
7.	我們還在山上。
8.	外面有人在按電鈴。

BÀI 6: TÍNH TỪ CHỈ TÍNH CHẤT
第六課：性質形容詞

I.　rắn – mềm, cứng – dẻo 硬，軟

1. rắn 硬

Biểu thị sự so sánh cái gì đó với khả năng chịu đựng sự tác động của lực mà không bị biến dạng.

表示與某物的比較，具有承受力道作用而不會變形。

rắn 硬	Chú thích 備註
Cái này **rắn** quá. 這個太硬了 Sao **rắn** như đá vậy trời? 天啊，怎麼像石頭這麼硬？	trời 天 sao 怎麼 đá 石頭 như 如/像

Biểu thị khả năng tay nghề cao, có thâm niên.

表示技術好，資歷深。

rắn 硬/厲害/紮實	Chú thích 備註
Tay nghề nó **rắn** lắm, khó mà qua mặt nó được. 他的技術很紮實，難以超越他。 Là một chuyên gia trong đàm phán, anh ấy rất **rắn** trong mọi cuộc thương thảo. 身為一個談判專家，他在所有談判中都很厲害。	nó 他 khó 難 tay nghề 手工 đàm phán 談判 chuyên gia 專家

Biểu thị vật có hình dạng và thể tích nhất định.

表示有一定形狀及體積的東西。

rắn 固體	Chú thích 備註
Muối ăn ở thể **rắn**. 食鹽為固體。 Kim loại là chất **rắn** cực kì quan trọng. 金屬為極其重要的固體。	thể 體 chất 質 kim loại 金屬 cực kì 極其/非常 quan trọng 重要

Biểu thị tinh thần, thái độ, lập trường không thay đổi trước một môi trường hay hoàn cảnh nào đó.

表示在某種環境或情況之下不會改變之精神、態度及立場。

cứng rắn 硬	Chú thích 備註
Tinh thần của họ cứng **rắn** hơn sắt, mạnh mẽ hơn đá. 他們精神比鐵還要硬，比石頭還要強。 Một thái độ cứng **rắn** của chính phủ đối với người nhập cư trái phép. 政府對於非法移民的強硬態度。	hơn 比較/更/多 tinh thần 精神 mạnh mẽ 強硬/堅強 thái độ 態度 chính phủ 政府 đối với 對於 nhập cư 移民 trái phép 非法

2. mềm 軟

Biểu thị sự biến dạng của người hoặc vật, đối lập với "rắn".

表示人、物變形，與「rắn 硬」相反。

mềm 軟/透	Chú thích 備註
Đu đủ chín **mềm** ngon lắm anh ạ. 木瓜熟透很好吃。 Nôn hoài, mệt quá nên người **mềm** nhũn. 一直吐，好累，所以身體都軟趴趴的。	nôn 吐 chín 熟 nên 所以 ngon 好吃 hoài 一直

Biểu thị mua được giá rẻ, dễ được chấp nhận.

表示買到便宜的價錢，容易被接受。

mềm 便宜/優惠	Chú thích 備註
Hàng chất lượng mà giá lại rất **mềm**. 貨物有品質而價錢卻很便宜。 Nếu đơn hàng lớn sẽ được ưu đãi giá **mềm**. 若是大訂單就會有優惠的價錢。	mềm 便宜 ưu đãi 優惠 giá 價格/價錢 chất lượng 品質 đơn hàng 訂單

Biểu thị khả năng chuyển đổi động tác một cách rất dễ dàng và tự nhiên.

表示動作自然、容易變換之可能。

mềm mại/ mềm dẻo 柔軟	Chú thích 備註
Sự dẻo dai và **mềm mại**. 彈性和柔軟性。 Khi tập yoga, động tác phải **mềm dẻo**. 練瑜伽時動作要柔軟。	tập 練 dẻo dai 彈性 mềm mại 柔軟 động tác 動作 mềm dẻo 柔韌

3. cứng 硬

Biểu thị có khả năng chịu đựng tác dụng của lực mà không bị biến dạng, đối lập với "mềm".

表示有可能受力道之作用，但無變形，與"mềm"相反。

cứng 硬	Chú thích 備註
Cái bàn này **cứng** lắm. 這個桌子很硬。 Tay nó **cứng** như sắt. 他的手硬如鐵。	bàn 桌子 này 這 lắm 很 tay 手 sắt 鐵

Biểu thị số lượng, mức độ coi là hơi cao so với yêu cầu.

表示被認為略高於要求之數量及等級。

cứng 高/固執	Chú thích 備註
Giá ấy **cứng** quá, nên không mua được. 那個價錢太高了，所以不能買。 Nó quá **cứng** đầu không chịu nghe lời cha mẹ. 他很固執不會聽父母的話。	quá　太 được　得/到 nghe lời　聽話 cứng đầu　頭硬

Biểu thị động tác thiếu sự uyển chuyển, sinh động.

表示動作缺乏靈活性及生動性。

cứng 硬	Chú thích 備註
Tranh này tuy đẹp nhưng nét vẽ còn **cứng** lắm. 這幅畫雖然美，但筆法仍很硬。 Tập cả tháng nay mà động tác vẫn **cứng** đơ đơ. 練習整整一個月了，而動作仍是硬邦邦的。	tranh　畫 tuy ... nhưng 雖然...但 động tác　動作 cả tháng　整個月

Biểu thị việc ứng xử thiếu sự linh hoạt, quá nguyên tắc, không

khách quan.

表示缺乏靈活性，太多原則，並不客觀的應變。

cứng 死板/不靈活	Chú thích 備註
Cách làm như vậy là **cứng** nhắc. 這樣的做法太死板了。 Anh giải quyết như vậy là hơi **cứng** đấy. 你這樣解決有點不靈活哦。	cách làm 做法 cứng nhắc 死板 giải quyết 解決 hơi 有點/稍微

Biểu thị sự mạnh mẽ, có khả năng chịu tác động bất lợi từ bên ngoài

mà bản chất không bị thay đổi.

表示強壯的意思，能夠接受外部不利的影響，但性質不變。

cứng 穩/勇氣	Chú thích 備註
Chuyên môn của cô ấy giỏi nên lí lẽ rất **cứng**. 她的專業是一流，所以論據都很穩。 Con gái đêm hôm mà đi ra ngoài một mình thì phải **cứng** bóng vía mới được. 女生晚上獨自出門，可要很有勇氣。	lí lẽ 論據 chuyên môn 專業 giỏi 好/厲害 đêm hôm 晚上 ra ngoài 出門

Biểu thị ở trạng thái mất khả năng biến dạng, cử động, vận động.

表示無法變形，移動及運動的狀態。

cứng 麻痺/結塊	Chú thích 備註
Chân tay tê **cứng** vì lạnh. 太冷使手腳麻麻的。 Bao xi măng này để hai năm nên bị chết **cứng**. 這個水泥包放了兩年，所以結塊了。	tê 麻 để 放 bao 包 nên 所以 xi măng 水泥

Biểu thị có trình độ, năng lực khá so với yêu cầu.

表示程度與能力比需求還要好。

cứng 專業	Chú thích 備註
Anh ấy là một giáo viên có chuyên môn khá **cứng**. 他是一位相當專業的老師。 Nghe nói, tay nghề của ông ấy thuộc loại **cứng**. 聽說，他的技術是非常專業的。	ông ấy 他 khá 相當 loại 種類 thuộc 屬於 giáo viên 老師 nghe nói 聽說 chuyên môn 專業

Biểu thị sự nhân nhượng tuỳ theo hoàn cảnh giao tiếp.

根據不一樣的溝通狀況表示讓步。

cứng 硬	Chú thích 備註
Nó rất giỏi, biết lúc nào nên mềm lúc nào nên **cứng**. 他很厲害，知道何時該軟何時該硬。 Quyết việc gì thì cũng phải có lúc mềm lúc **cứng** chứ, đâu cứ nhất nhất vậy. 決定任何事情都要懂得何時該軟何時該硬，不是每次都一定是這樣呢！	nên 該 quyết 決 cứ 一直 giỏi 厲害 biết 知道 việc gì 何事 lúc nào 何時 nhất nhất 一定

Biểu thị không còn cách nào có thể thay đổi được, đành phải chịu.

表示無法做出改變，只能忍受。

kẹt cứng/ chịu cứng 卡（卡住）/罷休	Chú thích 備註
Tôi bị **kẹt cứng** ở đây không đi đâu được. 我被卡在這裡，哪裡都不能去。 Giải thích hợp tình hợp lí, nó **chịu cứng**, không tranh cãi gì được. 合情合理的解釋，他才罷休，無法爭吵。	chịu 忍 đâu 哪裡 bị kẹt 卡住 hợp lí 合理 giải thích 解釋 hợp tình 合情 tranh cãi 爭吵

4. dẻo 軟/韌/彈性

Biểu thị tính chất dễ dàng dập, uốn cong mà không bị vỡ hoặc gãy.

表示容易衝壓及彎曲，但不會斷裂之性質。

dẻo 軟	Chú thích 備註
Cơm gạo thơm hôm nay **dẻo** và ngon quá. 今天香米飯很軟且好吃 Chiếc ghế này được làm từ chất liệu nhựa **dẻo**. 這把椅子是用軟塑材料製作的。	gạo 米 ghế 椅子 thơm 香 chiếc 把 hôm nay 今天 chất liệu 材料

Biểu thị động tác, cử chỉ mềm mại.

表示柔軟的動作及舉動。

dẻo 軟/柔軟	Chú thích 備註
Bé gái đang uốn **dẻo**. 小女孩在做柔軟功。 Cô giáo khen em múa rất **dẻo**. 老師誇我跳舞跳得很柔軟。	khen 誇 múa 跳舞 đang 在/正在 uốn 柔軟功

II. cong – thẳng 彎/直

1. cong 彎

Biểu thị hình dạng không thẳng mà cũng không gãy gập.

表示形狀不是直的也不是對折的。

cong 彎/翹/歪	Chú thích 備註
Cái này hơi **cong** hơn. 這個比較彎。 Em ấy có làn mi **cong** vuốt. 她的睫毛好翹。 Cái vòng đeo tay này nhìn **cong cong**. 這個手環看起來歪歪的。	này 這 nhìn 看 làn mi 睫毛 vòng đeo tay 手環

2. thẳng 直

Biểu thị theo một hướng nhất định, đối lập với "cong".

表示直的方向，與「彎」相反。

thẳng 直	Chú thích 備註
Nó vẽ một đường **thẳng** tắp. 他畫了一條直線。 Em đi **thẳng** về phía trước là đến. 你往前直走就到。	vẽ 畫 là đến 就到 đường 條/道路 phía trước 前面/往前

Biểu thị không kiêng nể, che giấu hay úp mở, dám nói lên sự thật.

表示不客氣、隱瞞、遮遮掩掩而敢說出事實。

thẳng 直	Chú thích 備註
Tôi rất **thẳng** tính, có gì nói vậy, chị đừng để bụng. 我個性直爽，有什麼就說什麼，你別放在心上。 Có gì thì em cứ nói **thẳng** ra, không cần giấu diếm làm gì. 有什麼你就直說，不需要隱瞞。	rất 很 thì 就 đừng 別 thẳng tính 直爽 để bụng 放心上 giấu diếm 隱瞞

Biểu thị sự liên tục từ đầu đến cuối, không bị gián đoạn.

表示從頭到尾是連續的，不被中斷。

thẳng 直/一路/一口氣	Chú thích 備註
Nó học **thẳng** một mạch lên tiến sĩ. 他一口氣讀到博士。 Cẩn thận kẻo đâm **thẳng** xuống vực đấy. 注意不要直衝懸崖。	lên 升 đâm 刺/衝 học 學/學習/讀 cẩn thận 小心

Biểu thị trực tiếp, không thông qua trung gian.

表示直接，不通過仲介（媒介）。

thẳng 直	Chú thích 備註
Tôi chửi **thẳng** vào mặt nó. 我直接罵他。 Báo cáo **thẳng** với cấp trên. 直接與上司報告。	chửi 罵 mặt 面/臉 với 與 báo cáo 報告 cấp trên 上司

Biểu thị hành động ngay lập tức và dứt khoát.

表示馬上（立即）、果斷（俐落）的動作。

thẳng 直/溜走	Chú thích 備註
Nó giận quá nên đi **thẳng** về nhà. 他太生氣了，所以直接回家。 Nhân lúc mọi người đang vui vẻ thì nó lẻn ra lối cửa sau và chuồn **thẳng** luôn. 趁大家開心的時候，他就往後門溜走/離開。	giận 氣/生氣 nhân 趁/藉由 về nhà 回家 vui vẻ 開心 cửa sau 後門 chuồn 溜走

III. khỏe – yếu 健康/虛弱

1. khỏe 健康

Biểu thị thể chất hơn bình thường.

表示身體比平常健壯。

khỏe 強壯/好/健康	Chú thích 備註
Anh **khỏe** thế! Bưng được cả vại bia to thế kia. 你真強壯，能搬那麼大的啤酒桶。	bưng 搬 vại 罐 bia 啤酒
Thanh niên trẻ nên làm gì cũng **khoẻ** hơn chúng tôi. 年輕人，所以做什麼都比我們好。	trẻ 年輕 nên 因此/所以 thanh niên 青年

Biểu thị khỏi bệnh, không còn ốm đau nữa.

表示病已好，不會再有病痛了。

khỏe + ra/ hơn 好/健康	Chú thích 備註
Bệnh tình của bà **khỏe hơn** nhiều rồi. 奶奶的病情已經好多了。	nhìn 看 da dẻ 皮膚 dạo này 最近 bệnh tình 病情 hồng hào 紅潤/粉嫩
Dạo này nhìn chị **khỏe ra**, da dẻ hồng hào hẳn lên đấy ạ. 妳最近看起來較健康，皮膚變得更粉嫩了。	

Biểu thị thể chất ở trạng thái tốt (Khẩu ngữ).

表示身體健康狀況是好的（口語）。

khỏe 健康/健壯	Chú thích 備註
Thường xuyên tập thể dục cho **khỏe** người. 常做運動讓身體健壯。 Ăn uống điều độ và đủ chất dinh dưỡng cho **khỏe**. 均衡飲食及營養充足讓身體健康。	cho 給/讓 đủ chất 充足 ăn uống 飲食 điều độ 均衡 thường xuyên 常 tập thể dục 做運動 dinh dưỡng 營養

Biểu thị cơ thể cảm thấy dễ chịu (Khẩu ngữ).

表示身體覺得舒服（口語）。

khỏe 輕鬆/好	Chú thích 備註
Xong việc **khỏe** cả người. 事情辦好，整個人就輕鬆多了。 Ngủ bù được một tý mà **khỏe** hẳn ra. 補睡一下就好多了。	bù 補 việc 事情 một tý 一下 người 身體/人 cả người 整個人/全身

Biểu thị số lượng nhiều vượt quá bình thường (Khẩu ngữ).

表示多，超過平常的數量（口語）。

động từ (ăn/ ngủ/ làm...) 動詞　（吃/睡/做...）	+ khỏe 好	Chú thích 備註
Dạo này **ăn khỏe** và chơi nhiều nhỉ. 最近吃得好，玩得多唷。 Mấy hôm nay chỉ được cái **ngủ khỏe**. 這幾天真的睡得很好。	nhỉ　喔/唷 ngủ　睡覺 khỏe　好/壯 hôm nay 今天	

2. yếu 弱/虛弱/差

Biểu thị sức lực kém hơn bình thường.

表示力氣比平常弱。

yếu 沒/沒力/差	Chú thích 備註
Dạo này tay chân đều **yếu** đi lại hơi khó khăn. 最近手腳都沒力，行動不太方便。 Lớn tuổi nên người già sức **yếu**, không được như tụi trẻ. 年紀大了，沒什麼體力，不像年輕人。	già　老 đều　都 tuổi 歲 khó khăn yếu 弱/沒力 困難/不方便

Biểu thị mức độ, năng lực, tác dụng ngày càng kém.

表示程度、能力、作用越來越差。

yếu 弱/差/不好/不佳	Chú thích 備註
Theo dự báo thì cơn bão đã **yếu** dần. 據預報，颱風已經慢慢減弱。 Nó học rất kém thuộc loại học lực **yếu**. 他學習能力很差，成績不佳。	kém 弱 bão 颱風 cơn 陣（量詞） dự báo 預報

Biểu thị điểm yếu, nguy hiểm.

表示弱點及危險。

yếu 弱	Chú thích 備註
Đánh đúng vào điểm **yếu** của nó. 打中他的弱點。 Tôi dần nhận ra chỗ **yếu** khó khắc phục của đầu ra nông sản. 我慢慢認出農業生產難以克服之弱點。	chỗ 處 đánh 打 đúng 中 điểm 點 dần 慢慢

Biểu thị sự tất yếu, cần thiết.

表示必要及需要。

nhu yếu / thiết yếu 必要/需要	Chú thích 備註
Đây là những **nhu yếu** phẩm mà chúng tôi cần. 這是我們要的必需品。 Chuẩn bị và cung ứng hàng hóa **thiết yếu** để phục vụ người dân ở vùng bị lũ lụt. 準備及供應必需品為水災地區的人民服務。	vùng 地區 những 些 cung ứng 供應 thiết yếu 必要 phục vụ 服務 lũ lụt 水災

IV.　đẹp – xấu　美/漂亮，醜/惡化/不好

1.　đẹp　美/漂亮

Biểu thị hình thức, phẩm chất đẹp.

表示美麗的形式/外表及好的品德。

đẹp 美	Chú thích 備註
Cô ấy **đẹp** cả người lẫn nét. 她人美心也美。 Phong cảnh núi non nơi đây thật là **đẹp**. 這裡的山景真的很美。	lẫn 跟 nét 個性/品德 phong cảnh 風景 đẹp 美/漂亮

Biểu thị sự hài hoà, tương xứng.

表示和諧及對稱。

đẹp đôi/ đẹp lòng/ đẹp nết（đẹp... nết） 很相配/取悅...心/品德好	Chú thích 備註
Hai người họ thật **đẹp đôi**. 他們兩個很相配。 Môn đăng hộ đối, mới **đẹp lòng** cha mẹ. 門當戶對才能取悅父母的心。 Cô ấy **đẹp** cả người lẫn **nết**. 她不只外表漂亮，品德也很好。	đôi　對 cha mẹ　父母 Môn đăng hộ đối. 門當戶對。

2. xấu 醜/惡化/不好

Biểu thị hình thức, vẻ bề ngoài khó coi, đối lập với "đẹp".

表示形式，外表不好看，與美/漂亮相反。

xấu 醜	Chú thích 備註
Người gì mà **xấu** kinh. 人怎麼那麼醜呀。 或：人好醜。/醜死了。 Lớp bảy rồi mà viết chữ **xấu** quá. 都國一了怎麼字寫的那麼醜。	viết 寫 mà 而/的 xấu 醜/壞（壞人） kinh 死/好/噁心 （北部用語表示嫌棄）

Biểu thị chất lượng kém, giá trị thấp.

表示品質差，價值低。

xấu 不好	Chú thích 備註
Giá rẻ thì chỉ mua được hàng **xấu** thôi. 價錢便宜只能買到不好的貨。 Loại giống này **xấu**, sẽ ảnh hưởng đến sản lượng. 這種種子不好，會影響到產量。	chỉ 只 rẻ 便宜 giống 種子 sẽ 會/將/就/將會 ảnh hưởng 影響 sản lượng 產量

Biểu thị sự gây hại, mang lại điều không hay cần tránh.

表示創造出傷害，帶來不好的事情，需要避免。

xấu 惡化/不好	Chú thích 備註
Sức khỏe ngày càng yếu khiến bệnh tình **xấu** đi. 身體越來越虛弱，讓病情更加惡化。 Trời tối và thời tiết **xấu** thì không nên đi ra ngoài. 天黑了天氣又不好，不要外出。	tối 黑 trời 天 khiến 讓/使 thời tiết 天氣 ra ngoài 外出 ngày càng 越來越

Biểu thị trái với đạo đức, đáng chê trách, hổ thẹn.

表示一種不道德的行為，應受到責備，並感到羞慚。

xấu 壞（事）/耍賴/使手段	Chú thích 備註
Làm điều **xấu** sẽ bị quả báo. 做壞事會有報應。 Nó luôn chơi **xấu** và lợi dụng mọi người. 他總是耍賴和利用大家。	luôn 常 quả báo 報應 lợi dụng 利用 mọi người 大家

V. Luyện tập và trắc nghiệm 練習及測驗

（請從括弧（…）選出正確答案並填空）

1. Người gì mà ………… kinh.   **(xinh xinh /xấu)**

2. Cái bàn này ………… lắm.   **(cứng/hỏng)**

3. Sao …………như đá vậy trời?   **(dày/rắn)**

4. Chân tay …………vì lạnh.   **(mềm nhũn/tê cứng)**

5. Cô giáo khen em múa rất …………   **(dài/dẻo)**

6. Cách làm như vậy là …………   **(cứng nhắc/cứng mỏng)**

7. Em đi …………về phía trước là đến.   **(cong/thẳng)**

8. Bệnh tình của bà …………hơn nhiều rồi.   **(đẹp/khỏe)**

9. Khi tập yoga, động tác phải…………   **(mỏng dính/mềm dẻo)**

10. Cái vòng đeo tay này nhìn …………   **(cong cong/heo héo)**

11. Phong cảnh núi non nơi đây thật là…………   **(nóng/đẹp)**

12. Nôn hoài, mệt quá nên người …………nhũn.   **(mềm/cứng)**

13. Nếu đơn hàng lớn sẽ được ưu đãi…………   **(giá ưu/giá mềm)**

BÀI 7: TÍNH TỪ TRẠNG THÁI
第七課：狀態形容詞

I.　vui - buồn 開心/快樂/歡樂/喜悅，憂愁/悲傷/悶悶不樂

1.　vui 開心/快樂/歡樂/喜悅

Biểu thị sự vui mừng, hài lòng và hợp nguyện vọng.

表示歡樂/喜悅，滿意及符合期望。

vui 歡樂/喜悅	Chú thích 備註
Đúng là niềm **vui** khó tả. 真的是難以形容的喜悅。 Có chuyện gì mà cười **vui** như được mùa vậy? 有什麼事，為何笑得那麼開心呀？	tả 形容 chuyện 事 được mùa 開心/豐收

Biểu thị tác dụng làm cho vui.

表示有作用讓人開心。

vui 開心/喜（事/訊）	Chú thích 備註
Em vừa nghe tin này nên báo cho anh **vui**. 我剛聽到這個消息，跟你說讓你開心。 Vợ chồng con có tin **vui** phải không? 你們夫妻是不是有喜訊？	vừa 剛 báo 報告 tin vui 喜訊 tin 消息/相信 vợ chồng 夫妻

2. buồn 憂愁/悲傷/悶悶不樂

Biểu thị tâm trạng buồn, không được như mong muốn, đối lập với "vui". 表示心情悶悶不樂，不如預期，與『樂』相反。

buồn 悲傷/悶悶不樂	Chú thích 備註
Tôi buồn không biết vì sao tôi **buồn**. 我不知道為什麼悶悶不樂。 Mẹ thương và **buồn** vì con ốm triền miên. 你病榻纏綿讓媽媽感到很心疼又悲傷。	buồn 悶悶不樂 vì sao 為什麼 thương 心疼 triền miên 纏綿

Biểu thị tác động làm cho tâm trạng không vui.

表示有影響讓心情不愉快。

buồn 悲傷/悶悶不樂	Chú thích 備註
Kỉ niệm khó quên vì nó rất **buồn**. 難忘的回憶，因為它很悲傷。 Đúng là một câu chuyện **buồn** và đau lòng. 多麼悲傷及令人心碎的故事。	kỉ niệm 回憶 khó quên 難忘 đau lòng 心碎 câu chuyện 故事

Biểu thị cảm giác bứt rứt khó chịu, dẫn đến một cử chỉ hay hành động nào đó.

表示心裡感覺不舒服，導致某個舉動或動作。

buồn 忍不住/無力/無聊	Chú thích 備註
Bực quá nên **buồn** miệng chửi luôn vài câu. 好生氣所以忍不住罵幾句。 Nghỉ lâu ngày cũng **buồn** tay **buồn** chân. 長時間休假也覺得無聊/四肢無力。	câu　句 chửi　罵 miệng　嘴巴 bực quá 好氣 lâu ngày 多天/久

Biểu thị cảm giác khó nhịn được.

表示很難忍受的感覺。

buồn 想	+ động từ 動詞 （cười/ nôn/ ngủ/ tè (đái)/ ị (ỉa)… 笑/吐/睡覺/小便/大便…）	Chú thích 備註
	Bệnh nhân có cảm giác tức ngực, **buồn _nôn_**. 病人有胸悶，噁心的感覺。 Trông bộ dạng của nó lúc này mà **buồn _cười_** quá. 看他現在的樣子好好笑哦。	buồn nôn　噁心 bệnh nhân 病人 tức ngực　胸悶 bộ dạng　樣子 bệnh nhân　病人

II. mới – cũ 新/剛 – 舊

1. mới 新

Biểu thị vừa được làm ra, chưa qua sử dụng.

表示剛出爐、未使用過。

mới 新	Chú thích 備註
Em là học sinh **mới**. 我是新學生。 Cái áo này vẫn còn **mới** tinh. 這件衣服還很新。	là 是 áo 衣服 vẫn còn 還 học sinh 學生

Biểu thị vừa có, vừa xuất hiện.

表示剛有，剛出現。

mới 剛	Chú thích 備註
Đây là kiểu áo **mới** ra mùa này đấy. 這是本季剛出的新款上衣。 Tôi **mới** quen một sinh viên mới. 我剛認識一位新學生。	mùa 季 kiểu 款式 quen 認識 sinh viên 學生

Biểu thị vừa mới vào làm, đảm nhiệm chức vụ gì đấy.

表示剛就業，擔任某個職務。

mới 新	Chú thích 備註
Ma cũ bắt nạt ma **mới** (Tục ngữ). 老兵欺負新兵（俗語）。 Em là thợ **mới** có gì nhờ anh chỉ bảo thêm. 我是新進的，請多多指教。	ma 鬼 cũ 老/舊 thợ 工人 bắt nạt 欺負 thợ mới 新手/新進

Biểu thị phù hợp với thời đại, xu thế tiến bộ.

表示與社會趨向符合。

mới 新	Chú thích 備註
Họ là thế hệ **mới** trong xã hội hiện đại. 他們是現代社會的新一代。 Anh có cách làm việc với tư duy **mới** vậy là rất tốt. 你有新思維的工作方法，這樣很好。	cách 方法 thế hệ 代 trong 之/內/裡 xã hội 社會 tư duy 思維 hiện đại 現代 làm việc 工作

2. cũ 舊/過時/老

Biểu thị đã dùng qua và không còn mới.

表示已用過，不是新的。

cũ 舊	Chú thích 備註
Có mới nói **cũ**. 喜新厭舊。 Máy tính này tuy **cũ** nhưng vẫn còn tốt. 這台電腦雖然舊，但還很好用。	có 有 nói 放寬 máy tính 電腦

Biểu thị hình thức, mẫu mã lỗi thời, không còn thích hợp.

表示過時的形式和款式，不再適合。

cũ 過時/老	Chú thích 備註
Mẫu này **cũ** quá rồi, không hợp với phong cách hiện đại. 這個款式已經過時了，不符合現代的風格。 Ăn cơm mới, nói chuyện **cũ** (Tục ngữ). 新世代裡講老話（俗語）。	mẫu 款式 hợp 符合 phong cách 風格

Biểu thị điều gì vốn đã có quen biết từ lâu rồi.

表示熟悉已久的事/東西。

cũ 老	Chú thích 備註
Tôi về thăm lại trường xưa và bạn bè **cũ**. 我回來看母校及老朋友。 Ngựa quen đường **cũ** (Tục ngữ). 故態復萌（俗語）。	ngựa 馬 thăm 探望/看 trường 學校

III. chín – sống, nguội – nóng 熟/生，涼/熱

1. chín 熟

Biểu thị thức ăn được nấu chín; trái cây có màu đỏ, vàng, hương thơm, vị ngon.

表示食物已煮熟；果實有的紅色有的黃色，香味芬芳及美味。

chín 熟	Chú thích 備註
Cơm đã nấu **chín** rồi. 飯已煮熟了。 Cả vườn quýt **chín** vàng. 整個橘子園都熟得轉黃了。	nấu 煮 chín 熟 vườn 園 quýt 橘子

Biểu thị đạt đến độ phát triển đầy đủ nhất.

表示達到充分發展之條件。

chín muồi 成熟	Chú thích 備註
Điều kiện đầu tư đã **chín muồi**. 投資條件已成熟。 Thời cơ đã **chín muồi**, phải ra tay ngay đi. 機會已成熟，要立即出手。	đầu tư 投資 thời cơ 機會 ra tay 出手 điều kiện 條件

Biểu thị sự thận trọng, không nông nổi, không bộp chộp.

表示謹慎，不浮躁，不暴躁。

chín chắn 成熟/穩重	Chú thích 備註
Cậu út càng lớn càng **chín chắn** hơn đấy. 老么越長大越穩重了哦。 Do kinh nghiệm làm việc lâu năm nên suy nghĩ rất **chín chắn**. 由於多年的工作經驗，所以想法很成熟。	lớn 長大/大 cậu út 小弟弟 lâu năm 多年 suy nghĩ 想法

2. sống 生

Biểu thị trạng thái còn sống, thực phẩm chưa được chế biến, nấu chín.

表示還活著的狀態，食品未經過加工和煮熟。

sống 生/活	Chú thích 備註
Công an đang ra lệnh bắt **sống** nó. 員警下令活捉他。 Người Việt Nam rất thích ăn rau **sống**. 越南人很喜歡吃生菜。	bắt 抓 sống 生 công an 員警 ra lệnh 下令

3. nguội 涼

Biểu thị nhiệt độ không còn nóng nữa.

表示溫度不熱了。

nguội 涼	Chú thích 備註
Cơm **nguội** để từ sáng đến chiều. 冷飯從上午放到下午。 Em thích uống nước đun sôi để **nguội**. 我喜歡喝白開水。	sáng 上午 chiều 下午 nguội 冷/涼 đun sôi 煮開

4. nóng 熱

Biểu thị nhiệt độ cao.

表示溫度高。

nóng 熱	Chú thích 備註
Đây là nước **nóng** cẩn thận kẻo bị bỏng. 這是熱水小心被燙到。 Tôi bị trêu xấu hổ, nên mặt **nóng** bừng. 我被逗得好害羞，臉都熱起來。	trêu 逗 bỏng 燙 xấu hổ 害羞 cẩn thận 小心

Biểu thị việc dễ nổi cơn tức giận, khó kìm chế được.

表示容易發怒，難以控制。

nóng 發怒/爆發/火爆	Chú thích 備註
Toàn những người dễ nổi **nóng**. 全都是容易發怒的人。 Đàn bà gì mà tính **nóng** như lửa. 女生的個性怎麼那麼火爆。	toàn　全 dễ　容易 tính　個性 đàn bà　女生 nổi nóng　發怒/暴怒

Biểu thị việc muốn có ngay, biết ngay về điều gì đấy.

表示渴望立即擁有或瞭解某件事。

nóng lòng 著急/心急	Chú thích 備註
Con cái **nóng lòng** chờ tin bố. 孩子們著急等爸爸的消息。 Anh ấy cứ **nóng lòng** mong ngày trở về. 他一直心急期盼可回去的那一天。	chờ　等 tin 消息 cứ　一直 mong 期盼/期待 trở về 回歸/返回

Biểu thị thông qua điện thoại để có thể liên lạc.

表示可以通過電話聯絡。

đường dây/ số điện thoại + nóng 熱線	Chú thích 備註
Gọi **đường dây nóng** 1988. 打熱線 1988。 Có gì cấp bách xin gọi theo **số điện thoại nóng** 0955.000.888. 有緊急事件請撥打熱線 0955.000.888。	số 號碼 gọi 打 xin 請 theo 按照 cấp bách 緊急 điện thoại 電話

Biểu thị sự vay mượn cần gấp và có ngay chỉ tạm thời. (Khẩu ngữ)

表示急著貨款，馬上有且是暫時的。（口語）

vay nóng 拆款	Chú thích 備註
Vay nóng trả tiền góp tính theo ngày. 拆款按天付款。 Tôi cần tiền gấp nên cần **vay nóng** 10 triệu. 我急著要用到錢，需要一千萬的拆款。	tính 計算 gấp 急 góp 合/集 vay nóng 拆款

IV. đỏ – đen 紅/幸運，黑/霉

1. đỏ

Biểu thị sự may mắn ngẫu nhiên nào đó.

表示某種偶然的運氣。

đỏ 紅	Chú thích 備註
Sao hôm nay em số **đỏ** thế? 你今天運氣怎麼這麼好？ Một khi vận **đỏ** mà đến thì sẽ thắng liên tục. 一旦好運來，就會不斷的獲勝。	thắng 勝 một khi 一旦 thì sẽ 就會 liên tục 不斷

2. đen 黑/霉

Biểu thị sự không được may mắn, theo quan niệm mê tín, ngược lại với "đỏ".

表示迷信概念上，運氣不好，與 "紅" 相反。

đen 黑/霉	Chú thích 備註
Mấy nay sao số mình **đen** thế không biết. 最近我的運氣怎麼那麼差。 Vận **đen** mà đến thì mọi việc khó lường lắm. 霉運來臨，一切都難以預測。	mà đến 來臨 mấy nay 最近 mọi việc 一切 khó lường 難以預測

V. Luyện tập và trắc nghiệm 練習及測驗（譯成中文）

1. Em là học sinh mới.

....

2. Cơm đã nấu chín rồi.

....

3. Sao hôm nay em số đỏ thế?

....

4. Vợ chồng con có tin vui phải không?

....

5. Đúng là một câu chuyện buồn và đau lòng.

....

6. Máy tính này tuy cũ nhưng vẫn còn tốt.

....

7. Người Việt Nam rất thích ăn rau sống.

....

8. Em thích uống nước đun sôi để nguội.

....

9. Đây là nước nóng cẩn thận kẻo bị bỏng.

....

10. Mấy nay sao số mình đen thế không biết.

....

BÀI 8: TÍNH TỪ CHỈ MÀU SẮC, KÍCH THƯỚC, TUỔI TÁC
第八課：顏色、尺寸及年齡的形容詞

I. trắng – đen 白-黑

1. trắng 白

Biểu thị màu như màu của bông gòn, đối lập với "đen".

表示一種像棉花球一樣的顏色，與"黑"對立。

trắng 白	Chú thích 備註
Tóc bà nội đã bạc **trắng**. 奶奶的頭髮已白。 Học sinh đều mặc đồng phục quần đen, áo **trắng**. 學生都穿黑色褲子、白色上衣的制服。	mặc 穿 tóc 頭髮 quần 褲子 bà nội 奶奶 đồng phục 制服

Biểu thị màu sáng, phân biệt với những cái cùng loại sẫm màu.

表示亮色，分別於深色同類的。

trắng 白	Chú thích 備註
Biển xanh cát **trắng** đẹp mê li luôn. 藍海、白沙美得令人著迷。 Em thích uống rượu vang hơn rượu **trắng**. 我比較喜歡喝紅酒勝過白酒	cát 沙 mê li 著迷 biển 海/海洋 rượu vang 紅酒

Biểu thị trạng thái, sự việc hoàn toàn không có.

表示完全沒有的狀態及事件。

trắng 白/空	Chú thích 備註
Họ khởi nghiệp từ hai bàn tay **trắng**. 他們空手創業。 或：他白手起家。	từ 從 thức 沒睡/醒 khởi nghiệp 創業
Tôi mất ngủ nên thức **trắng** đêm, giờ thì muốn ngủ gật. 我失眠一整夜沒睡覺，現在又想打瞌睡。	mất ngủ 失眠 ngủ gật 打瞌睡

Biểu thị việc nói hết sự thật, không hề che giấu.

表示把真實說完，不會隱瞞。

nói trắng ra 講白一點/坦白說	Chú thích 備註
Có gì thì chị cứ **nói trắng ra**. 你有什麼就講白一點。	ra 出 nói 說/講
Nói trắng ra, nó chẳng tốt đẹp gì. 坦白說，他沒什麼好的。	chẳng 不/沒 tốt đẹp 好的

2. đen 黑

Biểu thị màu như màu của than, đối lập với "trắng".

表示顏色像木炭的顏色，與『白色』相反。

đen 黑	Chú thích 備註
Tóc nhuộm **đen** óng. 染髮黑得發亮。 Mùa đông, mới 6 giờ mà trời đã tối **đen** như mực. 冬天才6點天就烏漆嘛黑一片。	tối 黑 đông 冬 nhuộm 染 mực 墨／墨水

Biểu thị màu tối, không sáng.

表示暗色，不亮。

đen 黑	Chú thích 備註
Tôi có làn da **đen**. 我是黑皮膚的。 Trời sắp mưa nên mây **đen** ùn ùn kéo đến. （天）快要下雨，所以烏雲密佈。	sắp 快 mưa 雨 mây 雲 làn da 皮膚

Biểu thị được giữ kín, không công khai, có tính chất phi pháp.

表示要保密，不能公開，具有非法性質。

quỹ đen/ chợ đen 黑資金/黑市/不公開	Chú thích 備註
Tiền này cho vào **quỹ đen** hết nhé! 這筆錢全都納入黑資金哦。 Em hay mua vé xem đá bóng ở **chợ đen**. 我常在黑市購買足球票。	vé 票 hay 常/還是/好 hết 完/沒/盡 đá bóng 踢足球 đá bóng/ bóng đá 足球

Biểu thị không được may mắn, theo quan niệm mê tín.

迷信觀念上，表示有不好運氣。

đen 黑/霉/不好	Chú thích 備註
Ôi, sao số tôi **đen** thế không biết. 天呀，我的運氣怎麼這麼不好。 Một khi vận **đen** mà đến thì khó tránh khỏi. 一旦霉運到就很難避免。	ôi 哦 khó 難 thế 世/代替/那 tránh khỏi 避免

II.   dài – ngắn, rộng - hẹp, cao - thấp 長/短，寬/窄，高/低

1. dài 長

Biểu thị theo chiều có kích thước lớn nhất của vật, phân biệt với rộng.

表示以物體最大的尺寸，與寬有別之分。

chiều dài/ độ dài 長/長度	Chú thích 備註
Bố đang đo **chiều dài** của cái bàn. 爸爸在量桌子的長度。 Chiếc cầu này có **độ dài** là 2 km. 這座橋長達 2 公里。	đo 量 cầu 橋 chiếc 座 km 公里

Biểu thị có chiều dọc lớn hơn mức bình thường, hoặc hơn cái khác.

表示垂直大於正常水準或比其他還要長。

dài 長	Chú thích 備註
Thỏ có hai cái tai rất **dài**. 兔子有很長的雙耳。 Con đường này **dài** hơn chúng tôi nghĩ. 這條路比我們想像還要長。	thỏ 兔子 tai 耳/耳朵 con 條/小孩 đường 路

Biểu thị việc chiếm một khoảng thời gian nào đó, xét từ lúc đầu đến lúc kết thúc.

表示從開始到結束，佔用一定的時間。

dài 長	Chú thích 備註
Bộ phim tình cảm này **dài** 280 tập. 這部愛情連續劇長達 280 集。 Cuộc họp kéo **dài** hơn 3 tiếng đồng hồ. 會議長達 3 個多小時。	tập　集 bộ　部 phim　劇/電影 họp　開會/會議 hơn　多/超過 kéo dài　長達

Biểu thị chiếm nhiều thời gian hơn bình thường.

表示比平常佔用更多時間。

dài 長	Chú thích 備註
Kế hoạch đầu tư **dài** hạn. 長期投資之計劃。 Mùa khô năm nay kéo **dài** nên hạn hán nặng. 今年旱季延長，所以旱災很嚴重。	nặng　嚴重 dài hạn　長期 kế hoạch　計畫 kéo dài　拉長 hạn hán　旱季

Biểu thị sự việc kéo dài mãi không thôi.

表示事情被拉長沒有結束現象。

dài 長	Chú thích 備註
Cứ chơi **dài** thế này thì không ổn. 長時間這樣玩是不行的 Công ty ít đơn hàng nên công nhân phải nghỉ **dài dài**. 公司訂單少，所以員工就要放長假。	ít 少 nghỉ 休 ổn 行/穩 công ty 公司 công nhân 工人

2. ngắn 短

Biểu thị có chiều dài dưới mức bình thường, hoặc ngắn hơn so với cái khác.

表示長度低於正常值，或比其他東西還要短。

ngắn 短	Chú thích 備註
Cái tay áo này hơi **ngắn** mẹ ạ. 媽媽，這件上衣的袖子有點短。 **Ngắn** tay với chẳng tới trời (Tục ngữ). 手短勾不著天（俗語）。	hơi 有點 với 抓/拉/和 trời 天 tay áo 衣袖

Biểu thị việc chiếm ít thời gian hơn so với mức bình thường.

表示事情佔用的時間少於正常標準。

ngắn 短	Chú thích 備註
Tôi muốn tìm các khoản vay **ngắn** hạn và lãi suất thấp. 我想找短期低利率的貸款。 Nông dân nơi đây đang chú trọng vào việc trồng cây công nghiệp **ngắn** ngày. 這裡的農民注重種植短期工業植物。	vay 借 thấp 低 khoản 款 lãi suất 獲利 nông dân 農民 chú trọng 注重

3. rộng 寬

Biểu thị khoảng không gian theo chiều ngang, phân biệt với "dài".

表示以橫的方向計算，分別於「長」。

rộng 寬	Chú thích 備註
Chiều **rộng** của mảnh đất này là 8 mét. 這塊地寬度為 8 公尺。 Giường khổ lớn chiều **rộng** hai mét hai. 加大床的寬度為 2 米 2。	giường 床 mét 米/公尺 mảnh đất 塊地 khổ 尺寸/苦/辛苦

Biểu thị diện tích là bao nhiêu.

表示面積是多少。

rộng 占地	Chú thích 備註
Ngôi trường này **rộng** 80 héc ta. 這所學校的占地 80 公頃。 Khu công nghiệp Đại An **rộng** hàng trăm héc ta. 大安工業區占地數百公頃。	ngôi 所 héc ta 公頃 hàng trăm 數百 công nghiệp 工業

Biểu thị diện tích lớn không thể đo lường được.

表示面積大不可量測。

rộng mênh mông/ thênh thang/ bạt ngàn… 茫茫/寬闊/廣闊/壙埌…)	Chú thích 備註
Nhìn ra thấy biển **rộng mênh mông**. 放眼望看，看到茫茫的大海。 Đường sự nghiệp của anh ấy **rộng thênh thang**. 他的事業之道很廣闊。	thấy 見到 đường 道/路 nhìn ra 放眼望看 sự nghiệp 事業

Biểu thị kích thước lớn hơn bình thường hoặc hơn so với những cái khác.

表示尺寸比正常大或大於其他東西。

rộng 寬	Chú thích 備註
Ba lô này to và **rộng** quá. 這個背包很寬大。 Công ty muốn phát triển trên phạm vi **rộng**. 公司想大規模發展。	to 大 ba lô 背包 phát triển 發展 phạm vi 範圍

Biểu thị sự hiểu biết hơn so với những người khác.

表示比其他人更加理解。

rộng 遠見/廣泛	Chú thích 備註
Anh ấy có con mắt nhìn xa trông **rộng**. 他有遠見。 Thầy ấy có kiến thức rất **rộng** trên nhiều lĩnh vực. 老師具有多領域之廣泛知識。	thầy 老師 mắt 眼睛 kiến thức 知識 lĩnh vực 領域

Biểu thị lòng bao dung, có độ lượng, hào phóng.

表示包容，度量，慷慨。

rộng (rãi/ lượng/ lòng...) 寬（廣/洪/厚/待/慷慨/包容...）	Chú thích 備註
Con người sống phải **rộng** lòng vị tha. 人活著要有寬宏大量/包容的心。 Bà ấy là người ăn ở không những rất tốt mà còn **rộng** lượng. 她是一個處世很好的人，而且還很慷慨。	phải 要 ăn ở 活著 vị tha 包容 con người 人類 không những 不但

4. hẹp 窄

Biểu thị kích thước dưới mức trung bình, hoặc nhỏ hơn những cái khác, đối lập với "rộng".

表示尺寸低於水準值或比其他尺寸小，與『寬』相反。

hẹp 窄/狹窄	Chú thích 備註
Con hẻm này có lối ra rất **hẹp**. 這條巷子的出口很狹窄。 Hà Nội đất **hẹp**, người đông. 河內地狹人稠。	đất 地 hẻm 胡同 lối ra 出口 Hà Nội 河內

Biểu thị phạm vi bị hạn chế trong lĩnh vực, bộ phận nào đó.

表示在某個領域或部分受限之範圍。

(còn) hẹp （還）窄/不夠深/狹窄	Chú thích 備註
Phạm vi hiểu biết *còn* **hẹp**. 見識範圍還有限。 Trình độ chuyên môn của nó *còn* **hẹp** lắm. 他的專業度還不夠深。	hiểu 懂 biết 知道 trình độ 程度 chuyên môn 專業

Biểu thị không rộng rãi và độ lượng trong cách đối xử, ăn ở.

表示在行為或生活方式不大方，沒有量度。

hẹp hòi/lòng/dạ... 狹窄/鼠肚雞腸	Chú thích 備註
Nó ăn ở **hẹp** *hòi* với đồng nghiệp. 他對同事心胸狹窄。 Con đấy nó sống rất **hẹp** *lòng hẹp dạ*. 她真的是鼠肚雞腸的人。	lòng dạ 心胸 ăn ở 處事/相處 hẹp hòi 心胸狹窄 đồng nghiệp 同事

5. cao 高

Biểu thị khoảng cách chiều thẳng lên so với mặt đất.

表示與地面垂直之距離。

cao + số từ 高 + 數詞	Chú thích 備註
Ngôi nhà này **cao 4** tầng. 這棟房子有 4 層樓高。 Cây tre **cao hơn 20** mét. 竹子高超過 20 米。	hơn 超過 tầng 層/樓/層樓 cây tre 竹子 ngôi nhà 房子

Biểu thị độ cao lớn hơn mức bình thường.

表示超過平常的高度。

cao 高	Chú thích 備註
Tòa tháp Taipei 101 có độ **cao** chọc trời. 臺北 101 有著摩天大樓的高度。 Dậy thôi, mặt trời đã lên **cao** lắm rồi. 起床囉!太陽高掛天空了。	dậy 起來/起床 tòa tháp 塔 mặt trời 太陽 chọc trời 摩天

Biểu thị hơn hẳn về số lượng, chất lượng, trình độ, giá cả.

表示在數量、品質、程度及價格都比較超越。

cao 高	Chú thích 備註
Đúng là một nước cờ **cao** tay. 真的是高手佈局。 Đợt này gạo tăng giá quá **cao**, không thể nào mua nổi. 這波大米價格太高，沒辦法買	gạo 米 mua 買 tăng 增加 đợt 波/階段 nước cờ 棋步/佈局

Biểu thị âm thanh có tần số rung động lớn.

表示振動頻率大的聲音。

cao 高	Chú thích 備註
Ca sĩ cất **cao** tiếng hát. 歌手放聲高唱。 Cô ấy hát được những nốt nhạc **cao** rất tuyệt vời. 她能唱出美妙的高音。	hát 唱歌 ca sĩ 歌星 tiếng 聲音 nốt nhạc 音符 tuyệt vời 美麗/美妙

6. thấp 低/矮

Biểu thị chiều cao dưới mức bình thường hoặc có khoảng cách gần hơn đối với mặt đất so với những vật khác, đối lập với "cao".
表示低於正常高度，或與其他東西相比時會離地面更近與「高」相反。

thấp 低	Chú thích 備註
Tôi đứng từ trên cao nhìn xuống dưới **thấp**. 我從高處往低處看。 Chuồn chuồn bay **thấp** thì mưa (Tục ngữ). 蜻蜓低飛會下雨（俗語）。	đứng 站 trên cao 高處 xuống dưới 下去 chuồn chuồn 蜻蜓

Biểu thị dưới mức trung bình về mặt số lượng, chất lượng, trình độ, giá cả.
表示在數量，品質，程度及價格上低於正常水準。

thấp 低	Chú thích 備註
Mới ra trường nên tay nghề còn **thấp** lắm. 剛畢業，所以技術不是很好。 Đang mùa khuyến mại nên giá cả cái gì cũng **thấp**. 處於促銷季節，所以什麼東西的價格都很低。	mới 剛 còn 還 cũng 也 giá cả 價格 ra trường 畢業 khuyến mại 促銷 cái gì 什麼東西

Biểu thị âm thanh có tần số rung động nhỏ.

表示振動頻率小的聲音。

thấp 低	Chú thích 備註
Cô ấy hát với tông hơi **thấp**. 她以較低的音唱歌。 Thua rồi thì hạ **thấp** giọng xuống, đừng kênh kiệu như vậy. 輸了就降低姿態，別這麼自大。	hạ 降 tông 音 thua 輸 giọng 聲音 kênh kiệu 自大

III. gần – xa 近 – 遠

1. gần 近/快

Biểu thị vị trí chỉ cách một khoảng không gian ngắn.

表示距離很近的位置。

gần 近	Chú thích 備註
Đứng **gần** ngay bên cạnh tôi. 站在我旁邊。 Họ đang muốn xích lại **gần** nhau. 他們想拉近距離。	đứng 站 xích lại 拉近 bên cạnh 旁邊 ngay 馬上/立刻

Biểu thị chỉ còn một khoảng thời gian tương đối ngắn nữa là đến thời điểm nào đó.

表示只剩下相對比較短的時間就到達某個時段。

gần + danh từ chỉ thời gian 近/快 + 時間名詞	Chú thích 備註
Tôi ra đi từ lúc trời **gần** *sáng*. 我在天快亮時就離開了。 Loay hoay đã **gần** *hết năm* rồi cơ đấy. 一轉眼就快到年底了。	ra đi 離開 gần hết 快到 gần sáng 快亮 loay hoay 一轉眼

Biểu thị mức gần đạt đến số lượng, trạng thái nào đó.

表示快達到某個數量或狀態。

gần 近/快	Chú thích 備註
Con lợn này nặng **gần** 100 cân. 這頭豬快重 100 公斤。 Cả vườn hồng hoa nở **gần** tàn rồi. 整個盛開的玫瑰園快要謝了。	cân 斤 vườn 園 con lợn 豬 hồng hoa 玫瑰花

Biểu thị trạng thái có nhiều điểm giống nhau.

表示狀態有很多相似之處。

gần như nhau 幾乎/相似 gần giống nhau 類似/差不多	Chú thích 備註
Hai khuôn mặt **gần giống nhau**. 兩張臉幾乎是一模一樣。	khu 區 cũng 都

| Khu chung cư này, nhà nào cũng được thiết kế **gần giống như nhau**.
這區的公寓，每戶的設計都差不多。 | khuôn mặt 張臉
nhà nào 每戶
thiết kế 設計 |

Biểu thị quan hệ huyết thống thân thiết.

表示密切的血緣關係。

bà con gần/ họ hàng gần 近的親戚	Chú thích 備註
Chú ấy là **bà con gần** với mẹ tôi. 他是我媽媽的親戚。 Chúng tôi là hai người có **họ hàng gần**. 我們是親戚。	chú ấy 他 bà con 親戚 chúng tôi 我們

Biểu thị điều kiện thường xuyên tiếp xúc, có quan hệ với nhau.

表示有條件常接觸，互相有關係。

động từ + gần 動詞 + 近	Chú thích 備註
Lâu nay tôi mới có cơ hội **tiếp xúc gần** với nó. 最近我才有機會與他近距離的接觸。 Bác Hồ luôn tìm cách **sống gần** với bà con nông dân. 國父常自尋可親近農民生活的方式。	lâu nay 最近 cơ hội 機會 tiếp xúc 接觸 Bác Hồ 國父 nông dân 農民

2. xa 遠

Biểu thị một khoảng cách tương đối lớn cả không gian và thời gian, đối lập với "gần".

表示較大的距離（包含空間及時間），與「近」相反。

xa 遠	Chú thích 備註
Con trai đi làm ăn **xa**, một mình tôi ở quê. 兒子在遠方工作，我一個人在鄉下。 Vào một ngày không **xa** anh sẽ nhận ra thôi. 在不遠的未來，你就會明白的。	ngày 天/日/號 làm ăn 工作 con trai 兒子 nhận ra 認出/明白 một ngày không xa 不遠的未來

Biểu thị sự chênh lệch tương đối lớn về chất lượng, mức độ.

表示在質量或程度上有較大的差異。

khác xa/ thua xa/ kém xa 差很遠/遠遠落後	Chú thích 備註
Họ **khác xa** nhau về cách sống. 他們的生活方式差很遠。 Về mặt đạo đức thì hắn **thua xa** tôi. 品德方面他遠遠落後於我。	hắn 他/她 mặt 面/臉 đạo đức 品德 cách sống 生活方式 thua xa 遠遠落後

Biểu thị hướng về những sự việc còn lâu mới xảy ra.

表示朝向還要很久才會發生的事情。

lo xa/ nhìn xa 想/遠見/顧慮/擔心	Chú thích 備註
Anh thì có tính hay **lo xa** em ạ. 我個性常會顧慮。 Người ta biết **nhìn xa** trông rộng. 人家是一個有遠見的人。	hay 常 tính 個性 lo xa 顧慮/遠見 người ta 別人/我

Biểu thị quan hệ họ hàng không thân thiết.

表示不親密之親戚關係。

bà con xa/ họ hàng xa 遠房親戚	Chú thích 備註
Bà con xa thua láng giềng gần. 遠親不如近鄰。 Chúng tôi có **họ hàng xa** với nhau. 我們是遠房親戚之關係。	bà con 親戚 họ hàng 親戚 láng giềng 鄰居

IV. già – trẻ, lớn – bé 老/少，大/長_幼/小

1. già 老/久

Biểu thị vẻ bề ngoài nhìnnhiều tuổi hơn nhiều so với người cùng độ tuổi. 表示外表面與同年齡的人看起來年長。

già 老	Chú thích 備註
Dãi nắng dầm mưa, mặt **già** đi trông thấy. 經歷了風風雨雨，臉變得很老。 Anh ấy mới ngoài 30 thôi mà trông **già** quá nhỉ! 他才30多歲，看起來好老哦！	mưa 雨 nắng 太陽 dãi dầm 苦難 trông thấy 看到

Biểu thị độ tuổi sống vào giai đoạn cuối đời.

表示生命尾端之年齡。

già 老	Chú thích 備註
Toàn bệnh của người **già**. 都是老人的病。 Mèo **già** hoá cáo (Tục ngữ). 老貓變狐狸（俗語）。	mèo 貓 hoá 變 cáo 狐狸 người già 老人

Biểu thị sản phẩm nông nghiệp bị hỏng vì đã quá thời điểm thu hoạch.

表示農產品因超過收割時間而導致損壞。

già 老/久	Chú thích 備註
Chuối để **già**, chín rụng đầy vườn. 香蕉放著太久，熟到掉滿園。 Cau **già** thế này thì làm sao mà ăn được. 檳榔放這麼老了，怎麼吃呀。	đầy 滿 chín 熟 cau 檳榔 chuối 香蕉

Biểu thị quá trình tác động nào đó quá mức bình thường.

表示某種影響過程超過正常標準。

già 大/老/久/過頭	Chú thích 備註
Không nên để lửa **già** quá dễ bị cháy. 火不能開太大會容易燒焦。 Cà rốt phơi **già** nắng quá nên ăn rất dai. 紅蘿蔔曬太久，所以吃起來很有嚼勁。	lửa 火 dễ 容易 dai 嚼勁 cháy 燒焦

Biểu thị tỏ ra hiểu biết, có trình độ cao, từng trải, công phu hơn.

表示表現出較瞭解、有高水準、有經驗及比較有功夫。

già + dặn 老成/老氣 già + kinh nghiệm 老練	Chú thích 備註
Nó ăn nói **già dặn** lắm. 他講話很老成。 Trong lĩnh vực này ông ấy là người rất **già kinh nghiệm**. 在這個領域，他是一個很老練的人。	trong 內/裡 ăn nói 講話 lĩnh vực 領域 kinh nghiệm 經驗

Biểu thị số lượng, mức độ vượt quá mức xác định.

表示在數量、程度超過確定等級。

già + nửa 超過 + 半	Chú thích 備註
Rượu uống **già nửa** chai. 喝超過半瓶酒。 Em chạy xe **già nửa** đường thì hết xăng. 我開/騎超過一半的路程，車就沒油了。	uống 喝 chai 瓶 chạy 騎/跑 xăng 汽油

2. trẻ　年輕/少/幼/小

Biểu thị còn ít tuổi, cơ thể đang phát triển, đang sung sức, đối lập với "già".

表示年齡還小，身體正在發育，正在強壯的階段，與「老」相反。

trẻ 年輕	Chú thích 備註
Hồi còn **trẻ** tôi khỏe lắm. 年輕時我很健壯。 **Trẻ** cậy cha, già cậy con (Tục ngữ). 小時候靠爸爸，老時候靠小孩（俗語）。	còn 還 cậy 靠 cha 爸爸 con 小孩 trẻ 小時候 già 老時候

Biểu thị vẻ bề ngoài trông ít tuổi hơn so với người cùng độ tuổi.

表示外表看起來比同年齡的人還要年輕。

trẻ 年經	Chú thích 備註
Em nhỏ con nên nhìn cứ **trẻ** hoài. 你個子小，所以看起來都不會變老。 Dạo này trông chị **trẻ** ra rất nhiều. 最近妳看起來變得很年輕。	nhìn 看 trẻ ra 變年輕 hoài 一直/不斷 nên 因此/所以 nhỏ con 個子小

Biểu thị còn mới, có thời gian tồn tại lâu hơn.

表示還新，壽命/存在時間較久。

trẻ 年輕	Chú thích 備註
Tuổi nghề của họ còn **trẻ**, còn nhiều cơ hội học hỏi. 他們的資歷還年輕，還有很多學習的機會。 Ngành hàng không Việt Nam vẫn còn rất non **trẻ**, nhưng đã có những bước tiến vượt bậc. 越南的航空業雖然很年輕，卻有長足的進步。	tuổi 時間/歲 cơ hội 機會 học hỏi 學習 bước tiến 長足 vượt bậc 進步 hàng không 航空

3. lớn 大

Biểu thị kích thước, số lượng, phạm vi, quy mô, giá trị và ý nghĩa đáng kể.

表示尺寸、數量、範圍、規模、價值及意義相當大。

lớn 大	Chú thích 備註
Người có chí lớn thường làm ăn **lớn**. 大志向的人通常會做大生意。 Dự án này quá **lớn** nên phải cân nhắc thật cẩn thận. 這個計畫很大，所以要謹慎考慮。	chí 志 thường 常 dự án 計畫 làm ăn 做生意 cân nhắc 考慮

Biểu thị âm thanh có cường độ mạnh, vang xa, nghe rất rõ.

表示強烈的聲音，響亮，聽得很清楚。

lớn 大	Chú thích 備註
Bà ấy **lớn** tiếng quát tôi. 她大聲罵我。 Đằng xa có tiếng nổ **lớn** điếc cả tai. 遠方爆炸聲使耳朵受不了。	quát 罵 nổ 爆炸 điếc 聾 tai 耳朵

Biểu thị giai đoạn phát triển và đã trưởng thành.

表示正在發展及成長階段。

lớn 大	Chú thích 備註
Ôi **lớn** rồi mà còn khóc nhè. 哇，長大了還會哭。 Nó **lớn** rồi mà còn làm nũng. 她長大了還會撒嬌。	lớn 長大 khóc 哭 làm nũng 撒嬌

Biểu thị địa vị, chức vị cao trong chế độ phong kiến.

表示在封建制中，具有地位或高職位的人。

lớn 大	Chú thích 備註
Bà **lớn** vừa về thăm cậu ấm. 大老婆剛回來看公子。 Vị Quan **lớn** này là một vị quan thanh liêm. 這位大官是一位清廉官員。	bà lớn 大老婆 cậu ấm 公子 Quan lớn 大官 thanh liêm 清廉

4. bé 小

Biểu thị kích thước, thể tích không đáng kể so với cái cùng loại, đối lập với lớn.

表示尺寸或體積與同類型的物體比較小，與「大」相反。

bé 小	Chú thích 備註
Cá lớn nuốt cá **bé** (Tục ngữ). 大魚吞小魚（俗語）。 Lúa năm nay không được mùa, nhiều hạt **bé** và lép quá. 今年的稻米收成不好，很多又小又癟的米粒。	cá 魚 nuốt 吞 lúa 稻米 lép 秕/扁/癟 được mùa 豐收

Biểu thị rất ít tuổi, còn trẻ.

表示年紀小，還年輕。

bé 小	Chú thích 備註
Hồi **bé** cậu ấy là một đứa trẻ rất nghịch ngợm. 小時候，他是一個很調皮的小孩。 Cháu được ông bà nội cưng chiều từ **bé**. 我從小就被爺爺奶奶寵愛。	cháu 我 hồi bé 小時候 cưng chiều 寵愛 nghịch ngợm 調皮

Biểu thị âm thanh rất khẽ, phải chú ý mới nghe thấy được.

表示聲音很小，要注聽才聽得到。

bé 小	Chú thích 備註
Ồn quá đi, **bé bé** cái mồm thôi! 太吵了，小聲一點。 Loa này bị gì mà âm thanh nghe **bé** thế. 這個喇叭出了什麼問題，聲音怎麼那麼小。	ồn 吵 loa 喇叭 cái mồm 嘴巴 âm thanh 聲音

V. Luyện tập và trắc nghiệm 練習及測驗（譯成越文）

1. 奶奶的頭髮已白。

   ....

2. 都是老人的病。

   ....

3. 這條路比我們想像還要長。

   ....

4. 冬天才 6 點天就烏漆嘛黑一片。

   ....

5. 媽媽，這件衣服的袖子有點短。

   ....

6. 加大床的寬度是 2 米 2。

   ....

7. 河內地狹人稠。

   ....

8. 這棟房子有 4 層樓高。

   ....

9. 我從高處往下看。

   ....

10. 站在我旁邊。

    ....

11. 大魚吞小魚。

    ....

12. 你個子小，所以看起來都不會變老。

    ....

13. 在不遠的一天，你就會認出來。

    ....

14. 大志向的人通常會做大生意。

    ....

15. 我從小就被祖父母寵愛。

    ....

BÀI 9: TỪ CHỈ PHƯƠNG HƯỚNG (PHƯƠNG VỊ TỪ)
第九課：方位詞

I. trong- ngoài, trên-dưới 內/外，上/下

1. Trong 內

Biểu thị vị trí thuộc phạm vi được xác định; đối lập với "ngoài".

表示在確定範圍內之位子，與「外」相反。

trong 內/裡	Chú thích 備註
Đồ ăn mẹ để trên bàn ở **trong** bếp. 媽媽把菜放在廚房的餐桌上。 Sản phẩm này chỉ tiêu thụ **trong** nước. 這種產品只在國內消費。	đồ ăn 菜 bếp 廚房 tiêu thụ 消費 sản phẩm 產品 trong nước 國內

Biểu thị phía sau, so với phía trước, so với những vị trí ở xa trung tâm.

表示後面當與前面或遠離中心之位子相比。

trong （入）內	Chú thích 備註
Dụ địch vào **trong** vùng cấm. 引誘敵人進入禁區。 Họ đang cố gắng chuyền bóng vào **trong** sân. 他們在試圖把球傳進場內。	cấm 禁 dụ 引誘 địch 敵人 cố gắng 努力/試圖 chuyền bóng 傳球

Biểu thị khoảng thời gian trước thời điểm xác định nào đó không lâu.

表示於某一個確定期間不久前之時段。

...từ trong... 在/前	+ từ chỉ thời gian (năm, Tết...) 表示時間的詞（年，過年...）	Chú thích 備註
Chúng tôi cưới nhau **từ trong** *năm*. 我們過年前就結婚了。 Tôi nghe tin này **từ trong** *Tết* cơ. 我在過年期間就聽到這個消息了。		cơ 了/機 cưới 結婚 Tết 過年 tin 消息

Biểu thị địa lí ở vào phía Nam trong phạm vi đất nước Việt Nam.

表示越南國土範圍內之南部地區。

trong Nam 在 ＋ 南部 trong + địa danh phía Nam 在 ＋ 南部地名		Chú thích 備註
Chúng tôi vào **trong** miền Nam công tác. 我們到/進南部出差去。 Cả gia đình của anh ấy ở **trong** Nam. 他全家都住在南部。		ở 住 vào 進 công tác 出差 gia đình 家庭

2. ngoài 外

Biểu thị vị trí không thuộc phạm vi được xác định nào đó.

表示位置不屬於確定的範圍。

nằm/ đứng/ ở + ngoài 躺/站/住 + 外	Chú thích 備註
Không có chìa khóa nên phải **_đứng ở_ ngoài** cửa. 沒有鑰匙，所以要站在門外。 Có dư luận thì cũng **_nằm_ ngoài** tầm kiểm soát của chúng ta. 有言論也是在我們控制範圍之外。	cửa 門 đứng 站 dư luận 輿論 chìa khóa 鑰匙 kiểm soát 控制

Biểu thị phía bề mặt đập ngay vào mắt người nhìn.

表示在觀眾的眼前。

mặt/ bên/ bề + ngoài 面/旁/表 + 外	Chú thích 備註
Thiết kế **_mặt_ ngoài** như này thì rất hợp lý. 外表這樣設計是很合理的。 Nếu nhìn vẻ **_bên_ ngoài** thì nó mắc bệnh ngoài da. 如果看外表，他得了皮膚病。	mắc 得 hợp lý 合理 Nếu ... thì 如果...就 thiết kế 設計

Biểu thị phía trước, vị trí ở xa trung tâm.

表示在前面，位置遠離中心。

ngoài 外	Chú thích 備註
Họ đang ở vòng **ngoài** của cuộc thi. 他們在比賽的一關。 Đội chúng tôi đã bị loại từ vòng **ngoài** rồi. 我們的隊伍在第一關就被淘汰了。	vòng 環 thi 考試 cuộc 局/場 bị loại 被淘汰

Biểu thị vùng địa lí ở phía Bắc trong phạm vi đất nước Việt Nam.

表示越南國土範圍內之北部地區。

ngoài Bắc 外 ＋ 北部 ngoài + địa danh phía Bắc 外 ＋ 北部地名	Chú thích 備註
Nhà bác tôi ở **ngoài** *Ninh Bình*. 我伯伯家住在寧平。 Mẹ tôi ra **ngoài** *Bắc* cả tháng nay rồi. 我媽媽去北部一個月了。	nhà 家 bác 大伯 tháng 月 Ninh Bình 寧平

Biểu thị khoảng thời gian không lâu sau thời điểm xác định làm mốc.

表示在指定時間不久之後的時段。

ngoài 多/後	+số từ 數詞（chỉ tuổi tác, danh từ chỉ thời gian (Tết) 指年齡或時間名詞（過年））	Chú thích 備註
	Cụ bà tuổi **ngoài** *tám mươi* rồi đấy. 老奶奶已經八十多歲了呢。 **Ngoài** *Tết* tôi sẽ đi Hải Phòng công tác. 過年後我會去海防出差。	cụ bà 老奶奶 tám mươi 八十 Hải Phòng 海防 công tác 出差

Biểu thị phạm vi không nằm trong phạm vi được xác định, dự kiến.

表示範圍不在確定或預計的範圍內。

ngoài 外	Chú thích 備註
Việc này xảy ra **ngoài** ý muốn. 這件事是意外中發生。 Đây là tiền làm thêm **ngoài** thu nhập chính. 這是主要收入外兼差賺到的錢。	chính 主/主要 xảy ra 發生 làm thêm 兼差 thu nhập 收入

Biểu thị phạm vi đã được xác định, không kể đến nữa.

表示範圍已確定，不再列入。

ngoài 外	Chú thích 備註
Nhà này chẳng có gì **ngoài** chiếc giường và hai cái ghế. 這間房子只有張床及兩把椅子，沒其他了。 Theo tôi biết thì việc này **ngoài** cô ra, chẳng có ai nói ra cả. 依我所知，這件事除了妳，沒人說出來。	theo 以/依據 chẳng có 沒有 nói ra 說出 cái ghế 椅子 chiếc giường 床

3. trên 上

Biểu thị vị trí cao hơn so với một vị trí xác định nào đó.

表示與某個確定位置相比還要高。

trên 上	Chú thích 備註
Nói gì mà **trên** trời dưới đất không à. 怎麼只會說人間天堂的呀。 Tôi lên **trên** rừng, anh xuống dưới biển. 我上山，你下海。	trời 天 đất 地 rừng 森林 biển 海

Biểu thị vị trí ở trước một vị trí xác định nào đó, trong một trật tự sắp xếp nhất định.

表示在一定排序中一個位置在某個位置的前面。

ở trên 上述/以上/第一	Chú thích 備註
Nội dung báo cáo cụ thể như đã nói **ở trên**. 詳細報告內容如上述。 Em mua vé xem phim **ở** hàng ghế **trên** cùng. 我買第一排位置的電影票。	hàng 排/貨 báo cáo 報告 cụ thể 詳細/具體 xem phim 看電影

Biểu thị vị trí cao hơn so với một vị trí xác định nào đó, trong một hệ thống cấp bậc, thứ bậc.

表示在一個系統或層次結構中一個位置高於某個的位置。

trên 大/長	Chú thích 備註
Họ học cùng trường nhưng **trên** tôi một lớp. 他們跟我同學校，但大我一班。 Con cái phải nghe lời bề **trên** răn dạy. 孩子要聽長輩教導。	trường 學校/長 nghe lời 聽話 bề trên 長輩 răn dạy 教導

Biểu thị ở mức cao hơn, số lượng nhiều hơn một số lượng xác định.

表示高於指定的數量。

trên + số từ 超過 + 數詞	Chú thích 備註
Chúng tôi đều **trên 18** tuổi. 我們都超過 18 歲。 Tháng này sản lượng đạt **trên 20** ngàn đôi. 這個月的產量達到超過 2 萬雙。	đều 都 đạt 達到 ngàn 千 sản lượng 產量

4. dưới 下

Biểu thị vị trí thấp hơn trong không gian so với một vị trí đã xác định.

表示空間內的位置低於另一個位置。

(ở) dưới （在/於）下（面）	Chú thích 備註
Nó rơi ngay **ở dưới** chân anh kìa. 它剛好掉落在你的腳下。 Anh có nhìn thấy ngôi nhà **dưới** sườn đồi kia không? 你有沒有看到那山坡下的房子？	rơi 掉 chân 腳 ngay 馬上/立刻 sườn đồi 山坡

Biểu thị vị trí ở sau một vị trí xác định nào đó, trong một trật tự nhất định.

表示在一定的順序裡，位置排在某個位置後面。

(ở) dưới （在）…下/在	Chú thích 備註
Tôi ngồi **ở dưới** cùng. 我坐在最後面。 Em đang đứng **ở** hàng ghế **dưới**. 我正站在一排椅子下面。	ngồi 坐 cùng 跟/與 đang 正在

Biểu thị vị trí thấp hơn so với một vị trí xác định, trong một hệ thống, cấp bậc.

表示在一個系統或層次結構中低於某個位置。

dưới 下（裡）	Chú thích 備註
Làm gương cho cấp **dưới** noi theo. 當屬下學習的榜樣。 Cán bộ đang về **dưới** thôn để tìm hiểu nguyên nhân. 幹部正在回村裡瞭解原因。	cấp 級 cán bộ 幹部 noi theo 學習 làm gương 榜樣 nguyên nhân 原因

Biểu thị ở mức thấp hơn, số lượng ít hơn so với một số lượng xác định.

表示低於或小於一個指定數量。

dưới + số từ 下 + 數詞	Chú thích 備註
Trẻ em **dưới 10** tuổi sẽ được miễn phí. 10 歲以下的小朋友免費。 Tôi thấy giá **dưới bốn trăm nghìn** đồng là quá thấp. 我認為 40 萬元以下的價錢是太低了。	trăm 白 đồng 元 trẻ em 小朋友 miễn phí 免費 thấy 看/見/認為

II. trước – sau/ trái – phải/ đầu–giữa–cuối 前後/左右/初中末

   1. trước–sau 前/先，後/再

      a. trước 前/先

Biểu thị phạm vi mà mắt nhìn thẳng có thể thấy được.

表示眼睛直看就可以看到的範圍。

trước 前	Chú thích 備註
Em cứ đi thẳng về phía **trước** là đến. 你往前直走就到了。 Nó làm gì mà nhìn **trước** ngó sau vậy? 他做什麼為何要瞻前顧後的呢？	phía trước 前面 đi thẳng 直走 nhìn trước 瞻前 ngó sau 顧後

Biểu thị bề mặt chính của sự vật hiện tượng mà không bị che

khuất. 表示事物的正面，不會被遮住。

trước 前/前面/前方	Chú thích 備註
Mặt **trước** của tòa nhà. 大樓的前方。 **Trước** mặt là biển rộng thênh thang. 前面是茫茫的大海。	mặt 面 tòa 樓 dừng 停 vực thẳm 懸崖

Biểu thị vị trí ở phía tương đối gần.

表示位置在相當近的方向。

trước 前	Chú thích 備註
Em đang đợi ở cổng **trước** của công ty. 我正在公司前門等。 Nó đứng sờ sờ ngay **trước** mặt em kia kìa. 他就站在你面前啊。	đợi 等 cổng 門 sờ sờ 明擺著 kia kìa 啊/呀

Biểu thị khoảng thời gian, thời điểm chưa đến.

表示未到之期間或時機。

nói/ nhắn / báo/ thông báo/ cảnh báo + trước 先 + 說/轉化/通知/警告	Chú thích 備註
Em *nói trước* thì tôi đã không đi rồi. 你先講我就不會離開了。 Em gửi thư *báo trước* cho đối tác biết. 你先寄信通知給客戶知悉。	thư 信 đã 已 gửi 寄 đối tác 客戶/合作夥伴

b. sau 後/後面/再

Biểu thị ở phía đối lập so với đối tượng phía trước mặt.

表示與面前的物件是對立的。

động từ (đứng/ đi/ ngồi/ chạy...) + sau 動詞（站/去/坐/跑...）+ 在...後面	Chú thích 備註
Em đang **ngồi** đằng **sau** anh đấy. 我正坐在你後面呢。 Sao lại **đứng sau** lưng mẹ vậy con? 為什麼你站在媽媽後面呀？	lại 又 Sao 為什麼 sau lưng 背後 đằng sau 後面

Biểu thị phía, vị trí bị che khuất, không phải mặt chính của sự vật.

表示方向或位子被遮住，不是事物之正面。

sau 後/後面	Chú thích 備註
Sau áo sơ mi có vết bẩn. 襯衫的後面有汙點。 Mặt trời khuất dần **sau** rặng núi. 太陽漸漸消失在山脈後面。	dần 漸漸 vết bẩn 汙點 rặng núi 山脈 áo sơ mi 襯衫

Biểu thị khoảng thời gian tiếp theo kể từ thời điểm nào đó lấy làm mốc. 表示從某個時段算起之接下來的期間。

Từ chỉ thời gian từ nay chỉ về sau 表示時間的詞 從此之後	buổi/ hôm/ tuần/ tháng/ năm... 半天/天/周/月/年...	sau 後/下	Chú thích 備註
Mấy việc của **tuần sau**, em đã lên kế hoạch rồi. 下星期的事，我已安排好了。 Em hứa **từ nay về sau** sẽ không tái phạm nữa. 我保證從今以後不會再犯了。			tuần 周/lên 上 hứa 保證 kế hoạch 安排/計畫 tái phạm 再犯

2. trái – phải 左-右

a. trái 左

Biểu thị phạm vi một bên, đối lập với "phải".
表示一面的範圍，與「右」對立。

trái 左	Chú thích 備註
Cuốn sách để ở bên tay **trái**. 書放在左手邊。 Em đi đến ngã tư rồi rẽ **trái**. 你走到十字路口再左轉。	để 放 cuốn 本 sách 書 ngã tư 十字路口

Biểu thị mặt phụ không hợp lí.

表示背面/負面/弊端，不合理/恰當。

mặt trái của 的負面/反面/弊端	Chú thích 備註
Đó là **mặt trái** của vấn đề. 那是問題的負面。 Ô nhiễm môi trường là **mặt trái** của việc phát triển công nghiệp. 環境污染是工業發展的弊端。	vấn đề 問題 ô nhiễm 污染 môi trường 環境 phát triển 發展 công nghiệp 工業

b. phải 右

Biểu thị phạm vi một bên, đối lập với "trái".

表示一面的範圍，與「左」對立。

phải 右	Chú thích 備註
Tôi thuận tay **phải** hơn. 我比較習慣右手。 Đến ngã ba rồi em rẽ sang **phải** nhé! 到了丁字路口，你就向右轉哦！	rồi 然後/了 hơn 比較/稍微/多 thuận 順/習慣 ngã ba 丁字路口 rẽ sang 轉向

Biểu thị mặt chính, hợp lí.

表示正面，合理。

phải 正	Chú thích 備註
Quần áo phải được lộn **phải** trước khi gấp. 折衣服前，要先把衣服翻正面。 Đây là mặt **phải** của tấm thảm. 這是地毯的正面。	lộn 翻 trước khi 前/之前 gấp 折/急 quần áo = áo quần 衣服 tấm thảm 地毯

3.　　**đầu - giữa - cuối**　頭/初，中間/途中，尾/末

　　a. đầu 頭/初/前/上

Biểu thị phần trước nhất hoặc phần trên cùng của một vật.

表示事物最前面或頂部的位子。

đầu 頭/上	Chú thích 備註
Cái ví để ở **đầu** tủ kìa. 錢包放在櫃子上。 Ở trên **đầu** giường có treo một bức tranh. 床頭有掛一幅畫。	tủ 櫃子 ví 錢包 treo 掛 bức tranh 幅畫

Biểu thị điểm xuất phát của một khoảng không gian hoặc thời gian, đối lập với "cuối".

表示空間或時間的起點，與「尾/末」相反。

đầu 初/前	danh từ chỉ nơi chốn 地點名詞 (đường/ ngõ/ phố…路/街/巷弄….) danh từ chỉ thời gian 時間名詞 (giờ/ ngày/ tuần/ tháng/ năm/ mùa… 時/日/周/月/年/季…)	Chú thích 備註
Đầu hẻm có một quán phở rất ngon. 巷口前面有一家很好吃的河粉店。 Thường thì những tháng **đầu năm** công việc rất ít. 通常年初前幾個月工作量較少。		phố 街 thường 常/一般 quán 店/館 công việc 工作 đầu năm 年初

Biểu thị phần vị trí ở hai phía đối lập.

表示兩頭相反之位置。

đầu 頭	Chú thích 備註
Cây sào nhọn cả hai **đầu**, cầm thì phải cẩn thận. 竹竿兩頭都很尖，拿的時候要小心。 Em nối hai **đầu** dây thừng lại giúp tôi một tý. 你幫我把繩子的兩頭綁起來。	sào 竹竿 nhọn 尖 nối 接/綁 dây thừng 繩子

Biểu thị vị trí, thời điểm thứ nhất và chỉ trên, trước tất cả những vị trí, thời điểm khác.

表示第一位置或時間，在其他位置或時間的前面。

đầu 頭/領導	Chú thích 備註
Chị Hoa là **đầu** tàu của chúng tôi. 華姐是我們的領導者。 Đây là lần đầu cô Thu điểm danh từ **đầu** đến cuối. 這是第一次秋老師從頭點名到尾。	tàu 火車 đầu tàu 火車頭/領導者 lần đầu 初次 điểm danh 點名

b. giữa 中間

Biểu thị vị trí cách đều hai đầu mút.

表示兩端平均相隔的位置。

giữa 中間	Chú thích 備註
Xe chết máy ngay **giữa** đường, số đen thật. 車子在行駛途中就拋錨，真倒楣。 Sao mọi người lại đứng ở **giữa** cầu thế này? 大家怎麼站在橋中間的呢？	cầu 橋 đường 路/途 số đen 倒楣 chết máy 拋錨

Biểu thị thời điểm cách đều thời điểm bắt đầu và thời điểm kết thúc.

表示自起點至終點平均相隔的時間。

giữa 中間/正	danh từ chỉ nơi chốn 地點名詞 (đường/ ngõ/ phố...路/街/巷弄....) danh từ chỉ thời gian 時間名詞 (giờ/ ngày/ tuần/ tháng/ năm/ mùa... 時/日/周/月/年/季...)	Chú thích 備註
Nó đến tìm tôi ngay **giữa trưa**. 正好中午時他來找我。 Thông thường Đại học ở Việt Nam qui định nghỉ **giữa giờ** là 10 phút. 通常越南大學規定課間休息時間為 10 分鐘。		trưa 中午 ngay 正好/馬上 qui định 規定 nghỉ giữa giờ/ nghỉ giải lao 中間休息

Biểu thị khoảng chia cách hai vật, hai thời điểm, hai sự kiện.

表示兩個物體，兩個時刻，兩個事件之間的距離。

giữa 中間	Chú thích 備註
Hân ngồi **giữa** tôi và Thủy. 阿欣坐在我和阿水的中間。 **Giữa** mùa hè và mùa đông, bạn thích mùa nào nhất? 夏天和冬天之間，你最喜歡哪個季節？	và 和 Hân 欣 Thủy 水 mùa hè 夏天 mùa đông 冬天

c. cuối 盡頭/尾

Biểu thị phần ở gần điểm giới hạn, chỗ, lúc sắp kết thúc, đối lập với "đầu".

表示接近截止點，地點，即將結束之時間，與「頭/初」相反。

cuối 尾/末/後	Chú thích 備註
Em ngồi ở **cuối** cùng. 我坐在最後面。 **Cuối** bộ phim làm cho người xem rất cảm động. 這部電影的結尾讓觀眾很感動。	ngồi 坐 cuối cùng 最後 bộ phim 電影 cảm động 感動

Biểu thị điểm kết thúc của một khoảng không gian hoặc thời gian.

表示空間或時間的終點。

cuối 尾/末/底	danh từ chỉ nơi chốn 地點名詞 (đường/ngõ/phố…路/街/巷弄….) danh từ chỉ thời gian (giờ/ngày/tuần/tháng/năm/mùa… 時/日/周/月/年/季…)	Chú thích 備註
Cuối đường này có một ngôi biệt thự rất đẹp. 這條街尾有一棟很美的別墅。 **Cuối tháng sau**, anh sẽ về nước thăm em. 下個月的月底，我會回國看妳。		ngôi 棟/所(量) thăm 探望/看 đường 街/路/途 biệt thự 別墅

III. đông-tây-nam-bắc 東_西_南_北

1. đông 東

Biểu thị một trong bốn hướng chính, ở về phía mặt trời mọc.

表示四個主要方向之一，在太陽升起的方向。

đông 東	Chú thích 備註
Làm nhà theo hướng **đông** nam sẽ rất mát mẻ. 蓋房子要朝向東南方才會涼。 Dự báo thời tiết sắp có gió mùa **đông** bắc. 天氣預報東北季風即將到來。	hướng 方向 thời tiết 天氣 mát mẻ 涼爽 dự báo 預報

Biểu thị những nước thuộc phương Đông, "Đông" phải viết hoa.

表示屬於東方之國家，"Đông"的第一個字母要大寫。

Đông 東	Chú thích 備註
Quan hệ với các nước phương **Đông**. 與東方國家的關係。 Thế giới phương **Đông** là bao gồm nhiều nền văn minh lớn: Trung Hoa, Ấn Độ… 東方世界包含許多偉大的文明組成：中華，印度等。	quan hệ 關係 các nước 各國 thế giới 世界 bao gồm 包含 văn minh 文明 Trung Hoa 中華 Ấn Độ 印度

2. tây 西

Biểu thị một trong bốn hướng chính, ở về phía mặt trời lặn.

表示四個主要方向之一，在太陽落下的方向。

tây 西	Chú thích 備註
Mặt trời mọc ở phía đông, lặn phía **tây**. 太陽從東方升起，在西方落下。 Gió **tây** nam ở miền Nam thường gây ra mưa lớn. 南部的西南風常引起大雨。	mọc 升起 lặn 落下 gió 風 gây ra 引起 mặt trời 太陽

Biểu thị các nước ở phương Tây nói chung, "Tây" phải viết hoa.

表示在西方的國家，"Tây"第一個字母要大寫。

Tây 西	Chú thích 備註
Phương **Tây** có nền Khoa học - Kỹ thuật rất phát triển. 西方擁有非常發達的科學技術。 Phương **Tây** là nhóm các quốc gia nằm ở phía Tây Châu Á như Tây Âu, Châu Mỹ. 西方是位於亞洲西邊之國家，例如西歐及美洲。	như 如，例如 phía 方向 nhóm 組 nằm ở 位於 quốc gia 國家 Khoa học 科學 Kỹ thuật 技術

3. nam 南

Biểu thị một trong bốn hướng chính, đối diện với "hướng bắc".

表示四個主要方向之一，與「北方」相反。

nam 南	Chú thích 備註
Nhà tôi ở bên bờ **nam** sông Hương. 我們家在香江的南岸。 Người Việt xây nhà thường quay mặt ra hướng **nam**. 越南人蓋房子常面對南方。	sông 江/河 bên bờ 岸邊 xây nhà 蓋房子 quay mặt 面對 người Việt 越南人

Biểu thị miền phía **Nam** của Việt Nam, "Nam" viết hoa.

表示越南的南部，"Nam" 的第一個字母要大寫。

Nam 南	Chú thích 備註
Gia đình tôi sống ở trong **Nam** đã 30 năm nay. 我們家住在南部已經 30 年了。 Anh thấy giọng **Nam** nghe hay hơn giọng Bắc em ạ. 我認為南方的口音比北方的口音好聽。	đã 已經 sống 住 giọng 聲音 nghe 聽 hay 好聽

Biểu thị khu vực nằm ở phía Nam (chỉ Việt Nam), Bắc (chỉ Trung Quốc) và Tây (chỉ nước Pháp), "Nam" phải viết hoa.

表示位於南方的地區（係指越南），北（係指中國）及西（係指法國）。"Nam" 的第一個字母要大寫。

Nam 南	Chú thích 備註
Đó là bờ cõi nước **Nam**. 那是越南/南國疆域。 Người **Nam** ta có tinh thần đoàn kết chống giặc ngoại xâm. 我們越南人對抗外寇具有團結之精神。	bờ cõi 疆域 tinh thần 精神 đoàn kết 團結 chống giặc 對抗 ngoại xâm 外寇

4. bắc 北

Biểu thị một trong bốn hướng chính, đối diện với "hướng Nam".

表示四個主要方向之一，與『南方』相反。

bắc 北	Chú thích 備註
Theo quan niệm xưa, hướng **bắc** là hướng xấu khi chọn xây nhà. 根據古老的觀念，建造房子時，選擇北方是不好的方向。 Cơn bão này di chuyển theo hướng đông **bắc** mỗi giờ đi được 5km. 颱風向東北方向移動，每小時移動 5 公里。	xưa 古老/舊 chọn 選擇 cơn bão 颱風 quan niệm 觀念 di chuyển 移動 mỗi giờ 每小時

Biểu thị miền bắc của Việt Nam, "Bắc" phải viết hoa.

表示越南北部，"**Bắc**"的第一個字母要大寫。

Bắc 北	Chú thích 備註
Anh vào Nam ra **Bắc** công tác dễ như đi chợ vậy, thích thật đấy. 你進南出北出差似去菜市場般容易，真好。 Trong chiến tranh, miền **Bắc** đã chi viện rất nhiều cho miền Nam. 戰爭時，北方向南方提供了大量援助。	thật 真 chợ 市場 thích 喜歡 chi viện 援助 chiến tranh 戰爭

IV. lên trên-xuống dưới, ra ngoài - vào trong

上去/上來，下去/下來，出去/出來–進去/進來

1. lên trên 上去/上來

Biểu thị phương hướng đi lên phía trước, bề mặt phía trên.

表示往前面的方向，上層的表面。

động từ 動詞 (đi/ chạy/ đứng/ ngồi/ phủ/ ngoi/ bơi… 去/跑/站/坐/蓋/伸/游泳 ...)	+ lên trên 上/上去	Chú thích 備註
Con ***đi lên trên*** tầng hai lấy đồ xuống giúp mẹ. 你上去二樓幫媽媽拿東西下來。 Để tránh hỏng xe, em lấy tấm bạt ***phủ lên trên*** để che nắng. 為避免車子的損壞，我用帆布蓋上遮太陽。		tránh 避免 hỏng 損壞 tấm bạt 帆布 che nắn 遮太陽 lấy đồ 拿東西

2. xuống dưới 下去

Biểu thị phương hướng đi xuống phía dưới, dưới một bề mặt nào đó.

表示往下面的方向，下層的表面。

động từ 動詞 (đi/ chạy/ đứng/ ngồi/ lặn/ bơi... 去/跑/站/坐/蓋/潛/游泳 ...)	+ xuống dưới 下/下去	Chú thích 備註
Anh ấy **đi xuống dưới** tầng trệt xem ti vi. 他下去一樓看電視。 Cả người **chìm hẳn xuống dưới** mặt nước một lúc. 全身沉下去在水裡一下。		tầng trệt 一樓 cả người 全身 mặt nước 水面 một lúc 一下

3. ra ngoài 出去/外出

Hướng hành động, di chuyển rời xa một phạm vi không gian nào đó.

活動方向，離開某個空間的範圍。

động từ 動詞 (đi/ chạy/ đứng/ ngồi/ bỏ/ bay... 去/跑/站/坐/放棄/飛...)	+ ra ngoài 出去	Chú thích 備註
Tôi **đi ra ngoài** có chút việc. 我有點事要外出。 Chị ấy có việc gấp phải **bay ra ngoài** Bắc ngay. 她有急事要馬上飛往北部。		ngay 馬上 chút 點 việc gấp 急事 bay ra 飛往

4. vào trong 進去/進入

Hướng hành động, di chuyển lại gần một phạm vi không gian nào đó.

活動/動作方向，移動靠近某個空間範圍。

động từ (đi/ chạy/ đứng/ ngồi/ bỏ/ bay...) 動詞（去/跑/站/坐/放棄/飛...）	+ vào trong 進去	Chú thích 備註
Chạy xe **vào trong** ga-ra cho mát. 把車開進車庫比較涼。 Em ăn xong trái cây nhớ *bỏ rác* **vào trong** thùng rác cho gọn gàng nhé! 你吃完水果記得將垃圾丟進垃圾桶裡哦!		mát 涼 nhớ 記得 chạy 開/跑/騎 ga-ra 車庫 trái cây 水果 thùng rác 垃圾桶

V.　Luyện tập và trắc nghiệm 練習及測驗（重組句子）

1.　Em/rồi / đi đến /rẽ trái. / ngã tư

　　...

2.　chỉ /trong nước./Sản phẩm này/ tiêu thụ /

　　...

3.　Không có / đứng /nên phải / chìa khóa /ngoài cửa.

　　...

4.　đã nói ở trên./Nội dung / cụ thể /báo cáo/ như

　　...

5. Em / hàng ghế / đứng ở / đang/ dưới.

....

6. Em / là đến./ về phía trước/ cứ đi thẳng

....

7. làm cho/ rất/ Cuối bộ phim/ người xem/ cảm động.

....

8. một bức tranh/ Ở trên/ có treo/ đầu giường.

....

9. cho mát/ vào trong/ Đánh xe / ga-ra.

....

10. chút việc. / Tôi/có / đi ra ngoài

....

11. tầng trệt/ Anh ấy/ dưới/xem ti vi. / đi xuống

....

12. Con đi/ tầng hai/ lấy đồ/ cho mẹ. / lên trên/ xuống

....

BÀI 10: TRẠNG TỪ CHỈ NƠI CHỐN
第十課：處所狀語

I. ở đây/ ở kia (ở đó/ ở đấy) 在這裡（這裡）/在那裡（那裡）

Biểu thị nơi đã được xác định bởi người nói, thường dùng để trả lời cho câu hỏi: "…ở đâu/ đâu rồi?".

表示說話者指定的位置，常用來回答問句:"…在哪裡/哪了?".

1. ở đây 在這裡

Trạng từ chỉ địa điểm của người, vật hay một hành động, sự việc diễn ra theo hướng gần so với người nói.

副詞指人、物、活動之地點，事情發生靠近說話者的方向。

ở đây 在這裡/這裡/在此	Chú thích 備註
Họ đã làm việc **ở đây** ba năm rồi. 他們在這裡工作三年了。 A: Có ai biết cuốn sách tiếng Việt của tôi ở đâu không? 有誰知道我的越南語書本在哪裡嗎？ B: Ở đây, cuốn sách của bạn **ở đây**. 在這裡，你的書在這裡。	ai 誰 sách 書 không 嗎 ba năm 三年 tiếng Việt 越南語 làm việc 工作

· 154 ·

2. ở kia (ở đó/ ở đấy) 在那裡

Trạng từ chỉ địa điểm của người, vật hay một hành động, sự việc diễn ra theo hướng xa so với người nói.
副詞指人，物，活動之地點，事情發生遠離說話者的方向。

a. ở kia 在那裡 （北部用法）

ở kia 在那裡	Chú thích 備註
A: Anh ấy sống ở đâu? 他住在哪裡？ B: Anh ấy sống một mình **ở kia** kìa. 他一個人住在那裡。 A: Ví tiền của anh đâu rồi? 我的錢包在哪裡了？ B: **Ở kia**, chỗ đầu bàn ấy. 在那裡，桌子那裡。	chỗ 處 đâu 哪 sống 住 bàn 桌子 anh ấy 他 một mình 一個人 ví tiền 錢包

b. ở đó 在那裡（中南部用法）

ở đó 在那裡	Chú thích 備註
A: Anh còn **ở đó** không? 你還在那裡嗎？ B: Không, tôi về từ lúc chiều rồi. 沒有，我從下午就回來了。	còn 還 về 回 từ 從 lúc chiều 下午

c. ở đấy 在那裡（北部用法）

ở đấy 在那裡	Chú thích 備註
Địa chỉ công ty tôi **ở đấy** lâu rồi. 我公司的地址在那裡很久了。 Anh chị còn **ở đấy** không để tý em ghé qua. 你們還在那裡嗎？等下我過去。	lâu　久 địa chỉ　地址 công ty　公司 ghé qua　過去

II. ở khắp nơi/ ở mọi nơi 到處

Trạng từ biểu thị không gian rộng lớn, bao quát hết đến người, vật, sự việc, hiện tượng mà được người nói đề cập đến.

狀語表示廣闊的空間，涵蓋講者所提到的人事物及現象。

1. ở khắp nơi 到處

ở khắp nơi 到處	Chú thích 備註
Bạn bè **ở khắp nơi**. 朋友到處都有。 Ở đâu cũng nhìn thấy rác, rác **ở khắp nơi**. 哪裡都看到垃圾，到處都是垃圾。	rác　垃圾 bạn bè　朋友 khắp nơi　到處 nhìn thấy　看到

2. ở mọi nơi 到處

ở mọi nơi 到處	Chú thích 備註
Tôi có thể làm việc ở mọi lúc và **mọi nơi** có thể. 我可以隨時隨地工作。 Người Việt ở **mọi nơi** trên thế giới. 越南人在世界各地。	có thể 可以 làm việc 工作 mọi lúc 隨時 mọi nơi 隨地 thế giới 世界

III. chỗ này/ chỗ kia/ chỗ khác 在此/那裡/其他地方

1. chỗ này 這裡

Từ chỉ phạm vi không gian xác định, gần so với người nói.

指確定空間範圍之詞，靠近講者的位置。

chỗ này 這裡	Chú thích 備註
Nội dung ở **chỗ này** tôi thấy chưa ổn lắm. 這裡的內容，我覺得不是很妥當。 Em đến xem lại **chỗ này** đi, có vấn đề đấy. 你來再看一次這裡，有問題哦。	ổn 妥當/穩 thấy 覺得 vấn đề 問題 nội dung 內容

2. chỗ kia 那裡

Từ chỉ phạm vi không gian xác định, xa so với người nói.

指確定空間範圍之詞，與講者的位置比較遠。

chỗ kia 那裡	Chú thích 備註
Ai lại vứt rác ở **chỗ kia** vậy nhỉ? 誰又在那裡丟垃圾了呢？ **Chỗ kia** chuẩn bị xây một tòa nhà chung cư. 那裡準備蓋一棟公寓大樓。	xây 蓋 vứt rác 丟垃圾 chuẩn bị 準備 chung cư 大樓

3. chỗ khác 其他地方/別的地方

Trạng từ biểu thị phạm vi không gian chưa xác định, cách xa nơi mà người nói và người nghe đang đề cập trước đó.

狀語表示未確定之空間範圍，比在前面所提到的講者及聽者有點遠的距離。

chỗ khác 其他地方/別的地方	Chú thích 備註
Sao không xin công việc (ở) **chỗ khác.** 為什麼不在別的地方找工作。 Ở đây ồn ào quá, mình tìm **chỗ khác** đi anh. 這裡太吵了，我們去別的地方吧。	tìm 找 ồn ào 吵 mình 咱們 công việc 工作

IV. gần đấy/ gần đó 附近

Biểu thị một khoảng không gian được xác định, qua một vị trí nào đó làm mốc, một cách tương đối.

表示通過某一個相對的標界來確定的空間。

1. gần đấy 附近/那裡附近（北部用法）

gần đấy 附近/那裡附近	Chú thích 備註
Tôi chạy xe đến **gần đấy** rồi gọi cho anh. 我騎車到那附近再打給你。 Mai hẹn gặp chị ở siêu thị đó, nhà tôi ở **gần đấy** thôi. 約妳明天在那家超市，我家就在那附近。	gọi 打/叫 rồi 再/然後/了 siêu thị 超市 chạy xe (máy)騎車

2. gần đó 附近/那裡附近（中南部用法）

gần đó 附近/那裡附近	Chú thích 備註
A: Anh có biết gần đây có quán tạp hoá nào không? 你知道附近有雜貨店嗎？ B: Anh đi thẳng, đến ngã tư đầu tiên rồi rẽ phải, **gần đó** có một tiệm tạp hóa. 你直走，到第一個十字路口右轉，附近就有一家雜貨店。	quán/ tiệm 店 gần đây 附近 tạp hoá 雜貨 đầu tiên 第一 rẽ phải 右轉

V. Luyện tập và trắc nghiệm 練習及測驗（選詞填空）

ở mọi nơi	chỗ này	ở chỗ kia	ở kia	chỗ khác
gần đấy	ở đó	ở đây	ở khắp nơi	gần đây

1. Anh còn ....không?

2. Bạn bè ....

3. Ai lại vứt rác................. vậy nhỉ?

4. Họ đã làm việc ....ba năm rồi.

5. Anh ấy sống một mình................. kìa.

6. Người Việt .... trên thế giới.

7. Em đến xem lại .... đi, có vấn đề đấy.

8. Tôi chạy xe đến .... rồi gọi anh ra lấy.

9. Ở đây ồn ào quá, mình tìm .... đi anh.

10. Anh có biết ....có quán tạp hoá nào không?

BÀI 11: TRẠNG TỪ CHỈ THỜI GIAN
第十一課：時間狀語

I. trước đây/ hồi trước/ hồi xưa/ ngày xưa/ thời xưa/ dạo trước
之前/以前/早期/古代/古時候

Biểu thị một khoảng thời gian trong quá khứ mà không còn kéo dài tới hiện tại.

表示過去的某一段期間，不會延伸到現在。

1. trước đây 之前/以前

trước đây 之前/以前	Chú thích 備註
Anh nhớ **trước đây** em gầy lắm mà. 我記得你之前很瘦。 Em có biết tên gọi **trước đây** của địa danh này là gì không? 你知道這個地方以前的名稱是什麼嗎？	gầy 瘦 nhớ 記得 là gì 是什麼 tên gọi 名稱 địa danh 地方

2. hồi trước 以前/之前

hồi trước 以前/之前	Chú thích 備註
Hồi trước tuy còn khó khăn nhưng mà vui. 以前，雖然還困難，但是很快樂。	khó khăn 困難 tuy...nhưng

Hồi trước chỉ là khu đất trồng, nay đã thành một khu phố nhộn nhịp. 以前只是一片種植地，現在已變成繁華的城區。	雖然......但是 đất trồng 種植地 khu phố 城區 nhộn nhịp 繁華

3. hồi xưa/ ngày xưa/ thời xưa 早期/以前/古代

	Ví dụ 例如	Chú thích 備註
hồi xưa 早期	**Hồi xưa** đồ thường phải giặt bằng tay. 早期東西都是用手洗的。 **Hồi xưa** tuy vất vả nhưng hạnh phúc. 早期雖然辛苦，但是很幸福。	giặt 洗 bằng tay 用手 vất vả 辛苦 hạnh phúc 幸福
ngày xưa 以前/ 之前	**Ngày xưa** anh có yêu một cô gái người Huế. 以前我愛一位順化女孩。 **Ngày xưa** cậu ấy gây dựng sự nghiệp chỉ với hai bàn tay trắng. 以前他從空手起業。	Huế 順化 cô gái 女孩 gây dựng 建立 sự nghiệp 事業
thời xưa 古代/ 早期/ 以前	**Thời xưa** ông bà ta sống rất giản dị. 古代，我們祖先過得很簡樸的生活。 Quan niệm giáo dục **thời xưa** và thời nay là hoàn toàn khác nhau. 對於教育觀念，以前跟現在完全不同。	giản dị 簡樸 quan niệm 觀念 giáo dục 教育 hoàn toàn 完全 khác nhau 異同

4. dạo trước 前一陣子/前一段時間

dạo trước 前一陣子/前一段時間/之前	Chú thích 備註
Dạo trước cô ấy có đến thăm tôi. 前一陣子，她有來看我。 **Dạo trước**, có thời gian chị ấy vào Nam làm việc. 之前，有一段時間她到南部工作。	cô ấy 她 thăm 看/探望 thời gian 時間 làm việc 工作

II. gần đây- dạo này 最近

Biểu thị khoảng thời gian ngắn cách hiện tại không xa.

表示離現在不遠的一小段時間。

1. gần đây 最近

gần đây 最近	Chú thích 備註
Gần đây, trên báo chí toàn nghe những tin giật gân. 最近，媒體上都聽到轟動性的新聞。 **Gần đây**, đột nhiên có rất nhiều thiên tai xảy ra. 最近，突然發生好多天災。	toàn 全/都 báo chí 媒體 giật gân 轟動 đột nhiên 突然 thiên tai 天災 xảy ra 發生

2. dạo này 最近

dạo này 最近	Chú thích 備註
Dạo này, anh chị thế nào? 最近，你們怎麼樣？ **Dạo này**, vẫn bình thường thôi. 最近，普普通通。	vẫn 還/仍 anh chị 你們 thế nào 怎麼樣 bình thường 一般 /還好/普通

III. đang/ hiện tại / hiện nay / bây giờ 正在/現在/目前/此刻

Biểu thị khoảng thời gian đang diễn ra, đối lập với quá khứ và tương lai.

表示一段待續的時間，與過去及未來相反。

1. đang 正在

Chưa kết thúc tại thời điểm nói.

在說話的時候未結束。

đang 正在	Chú thích 備註
Bây giờ **đang** là mùa mưa bão. 現在正是雨季及颱風季。 Tôi **đang** học đại học năm 2. 我在念大學二年級。	bão 颱風 bây giờ 現在 học 學習/就讀 năm 2 大二

2. hiện tại 現在/目前/眼前

hiện tại 現在/目前/眼前	Chú thích 備註
Hiện tại, tôi đang công tác tại Hà Nội. 我目前在河內出差。 **Hiện tại** thì tôi vẫn chưa tìm ra nguyên nhân của vấn đề. 目前我還沒找出問題的原因。	tại = ở 在/於 tìm ra 找出 vấn đề 問題 công tác 出差 vẫn chưa 還沒 nguyên nhân 原因

3. hiện nay 現在/今日

hiện nay 現在/今日	chú thích 備註
Hiện nay, nên đầu tư vào lĩnh vực nào thì tốt? 現在該投資哪個領域會比較好呢？ **Hiện nay**, giới trẻ đang theo lối sống không lành mạnh. 現在年輕人追求不健康的生活方式。	đầu tư 投資 lĩnh vực 領域 thì tốt 比較好 giới trẻ 年輕人 lối sống 生活方式 lành mạnh 健康

4. bây giờ 現在/目前

bây giờ 現在/目前	Chú thích 備註
Xin hỏi, **bây giờ** là mấy giờ rồi cô? 請問，現在幾點了？ **Bây giờ** anh đã biết, vì sao em lại nói lời chia tay rồi. 現在我已經知道，你為什麼會提出分手了。	vì sao 為什麼 xin hỏi 請問 lại 會/再/又 nói lời 提出 chia tay 分手

IV. vào/ vào lúc 進/於/當/在那時候

1. vào 進/於

Biểu thị khoảng thời gian xác định nào đó.

表示某個大約確定時間。

vào 於	+ danh từ chỉ thời gian 名詞指時間 (ngày, tháng, năm, hôm qua, hôm nay, ngày mai... 日、月、年/年月日，昨天、今天、明天......)	Chú thích 備註
	Vào *ngày này tháng sau*, tôi sẽ đi Việt Nam công tác. 於下個月的這一天，我將會去越南出差。	ngày 日/天/號 tháng 月

Cứ **vào _dịp Tết_**, người người đều quây quần bên gia đình. 每逢春節，大家都會陪伴家人。	dịp 逢/趁 Tết 春節 quây quần 陪伴

2. vào lúc 時候/於/當

Biểu thị thời điểm xác định ở một khoảng thời gian ngắn.

表示在短期間確定之時刻。

vào lúc 在/於/時候	+ danh từ chỉ thời gian 名詞指時間 (thời gian chính xác, sáng, trưa, chiều, tối, đêm…明確時間，早上、中午、下午、晚上、夜等等)	Chú thích 備註
Tôi về nhà **vào lúc _nửa đêm_**. 我在半夜時回家。 Cửa hàng đóng cửa **vào lúc _gần tối_**. 商店在天快黑的時候關門。		nửa đêm 半夜 gần tối 快黑 đóng cửa 關門 cửa hàng 商店

V. Luyện tập và trắc nghiệm 練習及測驗

1. Tôi đang học đại học năm 2.

2. Hiện tại, tôi tại đang công tác Hà Nội.

3. Xin hỏi, bây giờ là mấy giờ rồi cô?

4. Tôi vào lúc về nhà nửa đêm.

5. Dạo này anh thế chị nào?

6. Dạo trước cô ấy có đến thăm tôi.

7. Anh trước đây nhớ em gầy lắm mà.

8. Hồi xưa đồ thường phải giặt bằng tay.

9. Thời xưa ta ông bà sống rất giản dị.

10. Hồi trước tuy còn khó khăn nhưng mà vui.

11. Gần đây, đột nhiên có rất nhiều thiên tai xảy ra.

12. Hiện nay, nên vào đầu tư lĩnh vực nào thì tốt?

BÀI 12 :TRẠNG TỪ CHỈ TẦN SUẤT
第十二課：頻率狀語

I. có lúc/ có khi/ thỉnh thoảng 有時/偶爾

Biểu thị hành động, trạng thái sự việc xảy ra không thường xuyên hoặc rất ít. 表示動作或事情狀態不常或很少發生。

1. có lúc 有時

Có lúc + (chủ ngữ) + tính từ/động từ 有時 + （主語）+ 形容詞/動詞	Chú thích 備註
Trời **có lúc** *nắng* lúc mưa. 有時是晴天，有時是雨天。 Con người cũng vậy **có lúc** *buồn* lúc vui. 人也是一樣，有時憂愁，有時快樂	nắng 太陽 mưa 下雨 buồn 憂愁

2. có khi 有時候

Có khi + (chủ ngữ) + tính từ/động từ 有時候 + （主語）+ 形容詞/動詞	Chú thích 備註
Có khi *em* mệt bở hơi tai. 我有時候累垮了。 **Có khi** *tôi* làm việc tới 10 giờ tối mới về. 我有時候工作到晚上 10 點才回家。	giờ 點/時/小時 mệt bở hơi tai 累垮

3. thỉnh thoảng 偶爾

Thỉnh thoảng 偶爾	+ (chủ ngữ) （主語）	+ TT/ ĐT 形容詞/動詞	Chú thích 備註
Thỉnh thoảng vẫn *cảm thấy* đau nhói ở tim. 偶爾心臟仍感到劇烈的疼痛。 **Thỉnh thoảng** *em* vẫn ***nghe*** cô ấy nhắc đến anh. 我偶爾還聽到她提到你。			cảm thấy 感到 đau nhói 刺痛 vẫn nghe 還聽 nhắc đến 提到

II. đôi khi/ đôi lúc 偶爾/有時候

　　Biểu thị hành động, trạng thái của sự việc xảy ra với tần suất không nhiều.

表示動作或事情狀態發生的頻率不多。

1. đôi khi 有時/有時候

đôi khi + (chủ ngữ) + động từ 有時/有時候 +（主語）+ 動詞	Chú thích 備註
Đôi khi cuộc sống sẽ rất khó khăn. 有時生活會很困難。 **Đôi khi** học hành áp lực, chỉ muốn nghỉ học. 有時學習的壓力，只想蹺課。	cuộc sống 生活 khó khăn 困難 học hành 學習 áp lực 壓力

2. đôi lúc 有時/有時候

đôi lúc + (chủ ngữ) + động từ 有時/有時候 ＋（主語）＋ 動詞	Chú thích 備註
Đôi lúc cũng muốn bỏ nhà ra đi. 有時也想離家出走。 Có **đôi lúc** cảm thấy cuộc sống mất cân bằng. 有時候覺得生活失去平衡。	bỏ 放棄 cuộc sống 生活 cảm thấy 覺得 cân bằng 平衡

III. nhiều lúc/ nhiều khi 有時候

Biểu thị hành động, trạng thái của sự việc xảy ra với tần suất thường xuyên. 表示動作，事情狀態發生頻率是常態性。

1. nhiều lúc 有時候

nhiều lúc + (chủ ngữ) + động từ 有時候 ＋（主語）＋ 動詞	Chú thích 備註
Nhiều lúc thấy buồn mà không hiểu tại sao. 有時候不知道為什麼感到憂愁。 **Nhiều lúc** phải biết thông cảm với người khác. 有時候對別人要有同理心。	tại sao 為什麼 phải biết 要有 thấy buồn 憂愁 thông cảm 同理

2. Nhiều khi 有時候

Nhiều khi + (chủ ngữ) + động từ 有時候 +（主語）+ 動詞	Chú thích 備註
Nhiều khi thấy chạnh lòng. 有時候覺得傷心。 **Nhiều khi** muốn buông xuôi cho xong. 有時候只想放棄算了/了事。	thấy 覺得 chạnh lòng 傷心 buông xuôi 放手/放棄 cho xong 了事/算了

IV. mọi lúc/ mọi khi 隨時/總是

1. mọi lúc 隨時/常常

　　Biểu thị hành động, trạng thái sự việc xảy ra với tần suất rất thường xuyên, như một thói quen.

　　表示行動或事情狀態發生頻率是常態性，像一種習慣。

động từ + mọi lúc 動詞 + 隨時	Chú thích 備註
Nó chăm chỉ **học** *mọi lúc* khi có thể. 他隨時都很認真學習。 **Tranh thủ** *mọi lúc*, mọi nơi để nghỉ ngơi. 隨時隨地，爭取時間休息。	đi kèm 搭配 chăm chỉ 認真 nghỉ ngơi 休息 tranh thủ 利用/爭取

Chú ý 留意： *mọi lúc* thường đi kèm với *mọi nơi* thành một cặp.

"*mọi lúc*" 常與 "*mọi nơi*" 搭配成一組。

2. mọi khi 總是/平常/每次

Biểu thị hành động, trạng thái sự việc xảy ra với tần suất rất thường xuyên, không có ngoại lệ trước đây.

表示行動或事情狀態發生頻率是常態性，沒有以前的例外。

Chủ ngữ + mọi khi 主語 + 總是/平常/每次	Chú thích 備註
Chị ấy **mọi khi** đi ra ngoài đều bắt taxi. 每次她出去都會搭計程車。 或： 她出去總是都會搭計程車。 她平常出去都會搭計程車。 *Dự án này* **mọi khi** đều do anh Minh phụ trách. 這個計畫平常都由明哥負責。	do 由 đều 都 Minh 明 taxi 計程車 dự án 計畫 phụ trách 負責 bắt 搭/抓/逮捕

V. Luyện tập và trắc nghiệm 練習及測驗（翻譯成越文）

1. 有時生活會很困難。

....

2. 有時候只想放棄。

....

3. 我偶爾還聽到她提到你。

....

4. 人也是一樣，有時憂愁，有時快樂

....

5. 這個計畫平常都由明哥負責。

....

6. 隨時隨地爭取時間休息。

....

7. 有時候不知道為什麼感到憂愁。

....

8. 有時候覺得生活失去平衡。

....

BÀI 13: TRẠNG TỪ NGHI VẤN
第十三課：疑問狀語

I. Ở đâu? 在哪裡？

Từ hỏi về nơi chốn không rõ, cần được xác định, thường đứng ở cuối câu.

詢問未知地點之詞，需要確認，通常置於句尾。

...ở đâu? 在哪裡？	Chú thích 備註
A: Bạn học tiếng Việt **ở đâu**? A: 你在哪裡學越南語？ B: Tôi học tiếng Việt ở Đài Loan. B: 我在臺灣學越南語。 *Lưu ý:* **Ở đâu?** 越南語位於句尾 **在哪裡？** 華語位於主語的後面	học 學 Đài Loan 臺灣

II. Sao?/ Vì sao?/ Tại sao? 為何?/為什麼？

Từ hỏi về nguyên nhân, lí do nhưng chưa biết rõ, thường đứng ở đầu câu.

詢問原因，未知理由之詞，通常置於句子的開頭。

1. Sao 為什麼/為何

Sao...? 為什麼/為何...?	Chú thích 備註
Sao chị khóc? 為什麼妳哭？ **Sao** anh chị không đến sớm một chút? 你們為什麼不早點來？	khóc 哭 đến sớm 早來 một chút 一點 không đến 不來

2. Vì sao 為什麼/為何

Vì sao...? 為什麼/為何	Chú thích 備註
Vì sao con lại nói dối bố mẹ vậy? 為什麼你又對爸媽撒謊呢？ **Vì sao** em không học bài hả? 你為什麼不複習功課呢？	lại 又/再 bố mẹ 爸媽 nói dối 撒謊 học bài 複習功課

3. Tại sao 為什麼/為何

Tại sao... 為什麼/為何......	Chú thích 備註
Tại sao em lại làm vậy? 你為什麼這樣做？ **Tại sao** trái đất quay xung quanh mặt trời? 地球為什麼會隨著太陽旋轉？	vậy 那 quay 旋轉 trái đất 地球 xung quanh 周邊

III. khi nào/ lúc nào/ bao giờ/ mấy giờ 何時/什麼時候/幾點

Từ hỏi về thời gian, thời điểm không rõ, có thể đứng ở đầu hoặc cuối câu (nhấn mạnh).

詢問不明確的時間，時刻，可置於句首或句尾（強調）。

1. khi nào 何時

khi nào + ...? 何時 + ...?	Chú thích 備註
Khi nào anh đi Việt Nam? 你何時去越南？	Việt Nam 越南
...+ khi nào? ... + 何時？	Chú thích 備註
Anh đi Việt Nam **khi nào**? 你何時去越南？	Có ý nhấn mạnh. 強調之意思

2. lúc nào 什麼時候/何時

lúc nào +...? 何時 + ...?	Chú thích 備註
Lúc nào anh đến? 你何時到？	đến 到
...+ lúc nào? ... + 什麼時候？	Chú thích 備註
Anh đến **lúc nào**? 你什麼時候到的？	Có ý nhấn mạnh. 強調的意思

3. bao giờ 什麼時候

bao giờ +... 什麼時候　+...	Chú thích 備註
Bao giờ anh đến? 你什麼時候到？ ***Bao giờ*** thì em đi siêu thị vậy? 你什麼時候去超市？	thì　就/會 siêu thị 超市
... động từ + từ+ bao giờ? **... 動詞+（從）+ 什麼時候/何時？**	**Chú thích** **備註**
Việc này làm xong ***từ bao giờ***? 這件事從什麼時候完成？ Anh chị cưới nhau ***từ bao giờ*** vậy? 你們從什麼時候結婚的？	làm xong 完成 cưới nhau 結婚

Lưu ý 留意:

Trong tiếng Việt từ "bao giờ" đứng sau động từ thì phải thêm "từ" vào mới đúng nghĩa.

越南語"bao giờ"置於動詞後面就要多加 "từ" 才能表達正確的意思。

4. mấy giờ 幾點

Trạng từ chỉ khoảng thời gian gần với thời điểm đang nói.

狀語指接近說話時間之時段。

mấy giờ ...? 幾點 ......?	Chú thích 備註
Mấy giờ phim bắt đầu chiếu? 電影幾點開始播放？ Cuộc họp hôm nay *mấy giờ* mới kết thúc? 今天的會議幾點才結束？	họp 會議 cuộc 場/次/通(電話) bắt đầu 開始 kết thúc 結束
... lúc mấy giờ? **...... 幾點？/何時？**	
Phim bắt đầu chiếu lúc *mấy giờ*? 電影幾點開始播放？ Chị có biết tiệc tối kết thúc *lúc mấy giờ* không ạ? 妳知道晚宴幾點會結束嗎？	chiếu 播放/照/投影 tiệc tối 晚宴/宴會 Có ý nhấn mạnh. 強調的意思。

IV. thế nào?/ như thế nào? 如何？/怎麼樣？

Trạng từ dùng để hỏi về một trạng thái, tính chất, cách thức nhưng chưa được biết cụ thể, thường đứng ở cuối câu.

狀語用來詢問未確定之狀態，性質，方式，通常置於句尾。

1. thế nào 如何？

... thế nào?... 如何	Chú thích 備註
Bộ phim đó **thế nào**? Có hay không? 那部電影如何？好看嗎？ Sức khoẻ của anh ấy **thế nào**? 他的身體如何？	đó 那 hay 好/還是 bộ phim 部電影 sức khoẻ 身體/健康

2. như thế nào 怎麼樣？

... như thế nào? ... 怎麼樣？	Chú thích 備註
Anh ấy trông **như thế nào**? 他長得怎麼樣？ Tình hình công ty dạo này **như thế nào**? 最近公司狀況怎麼樣？	trông 看/長得/顧 dạo này 最近 tình hình 狀況

V. Luyện tập và trắc nghiệm 練習及測驗（翻譯成中文）

1. Lúc nào anh đến?

   ………………………………………

2. Khi nào anh đi Việt Nam?

   ………………………………………

3. Vì sao em không học bài?

   ………………………………………

4. Bao giờ thì em đi siêu thị vậy?

   ………………………………………

5. Tôi học tiếng Việt ở Đài Loan.

   ………………………………………

6. Phim bắt đầu chiếu lúc mấy giờ?

   ………………………………………

7. Bộ phim đó thế nào? Có hay không?

   ………………………………………

8. Tình hình công ty dạo này như thế nào?

   ………………………………………

BÀI 14: GIỚI TỪ QUAN HỆ (1)
第十四課：關係介詞 （一）

I.   bằng 方式/用

Biểu thị phương tiện, cách thức của hoạt động.

表示活動的工具及方式。

động từ + bằng 動詞 +「方式」	Chú thích 備註
Hàng này sẽ gửi **bằng** đường hàng không. 此貨會寄空運的。 Anh ta nhìn đời **bằng** nửa con mắt. 他用半隻眼看人生。	hàng không 航空 nhìn đời 看人生 nửa con mắt 斜眼/半隻眼睛

Biểu thị chất liệu dùng để làm ra sản phẩm.

表示用於製造產品的材料。

đồ vật + làm bằng + danh từ chất liệu 物品 + 用 + 材料名詞	Chú thích 備註
Chiếc áo này làm **bằng** lông cừu. 這件衣服是用羊毛做的。 Đây là bộ bàn ghế làm **bằng** gỗ mun. 這是一套桌椅是用烏木製的。	bộ 套/部 lông 毛/cừu 綿羊/羊 lông cừu 羊毛 gỗ mun 烏木 bàn ghế 桌椅

Lưu ý 留意: Trong tiếng Việt, giới từ "***bằng***"không mang tính bắt buộc. Nó thường được dùng khi cần nhấn mạnh phương tiện của hoạt động, nhưng có một số trường hợp đặc biệt nếu bỏ giới từ "***bằng***"thì câu trở nên sai.

越南語中，介詞"***bằng***" 不是強制性的，通常用來強調活動的工具，但在一些特殊狀況之下若去除介詞"***bằng***"，句子會不對的。

Trường hợp dùng từ "***bằng***" không mang tính bắt buộc 使用"***bằng***"不是強制性。	Trường hợp cần dùng từ "***bằng***" 需要使用"***bằng***"
Ở đây, chỉ có tôi biết nói (**bằng**) tiếng Trung. 這裡只有我會說中文。 Chỉ có tôi mới làm (**bằng**) cách này thôi. 只有我才能用這種方法做。	Không có phiên dịch, **họ** nói chuyện với nhau **bằng** tiếng Anh. 沒有翻譯，他們用英文交談。 Cái tăm này làm **bằng** tre. 這個牙籤是用竹子做的。

II. cùng/ với/ cùng với 和/跟/與

Cùng/với biểu thị đối tượng cùng tham gia hoạt động nên có chức năng giống nhau, dùng để thay thế cho nhau.

和/跟/與表示一起參加活動的對象應具有相同的功能，可交換代替。

1. cùng 與/和/跟

Biểu thị người, sự vật sắp nêu ra có mối quan hệ đồng nhất về chức năng, tính chất, hoạt động.

表示即將指出的人事物之功能、性質或活動具有共同性的關係。

động từ + cùng 動詞 +跟/跟......一起	Chú thích 備註
Tý nữa bố **về _cùng_** con. 等一下，爸爸跟你一起回去。 Tôi sẽ **đi _cùng_** trưởng phòng lên thành phố. 我會跟處長一起到市區。	lên 到/上 tý nữa 等一下 thành phố 城市/市區 trưởng phòng 處長

Biểu thị người sắp nêu ra là đối tượng và chủ thể của hoạt động.

表示即將指出的人為活動之對象或主體。

động từ + cùng 動詞 + 與/和/跟	Chú thích 備註
Nỗi đau này **biết _chia sẻ_ cùng** ai bây giờ? 這種傷痛現在能與誰傾訴呢？ Tôi có chuyện này muốn **_tâm sự_ cùng** chị. 我有事情想跟妳談心事。	chuyện 事/事情 nỗi đau 傷痛 chia sẻ 傾訴/分享 tâm sự 談心事/聊

2. với 跟

động từ + với 動詞+跟……一起	Chú thích 備註
Tôi sẽ **đi** *với* giám đốc lên Hà Nội. 我跟經理去河內。 Kế hoạch này để tôi **làm** *với* anh ấy cho nhanh. 這個計劃讓我跟他一起做，這樣比較快。	nhanh 快 để 讓/使/放/為 giám đốc 經理 kế hoạch 計劃

3. cùng với 一起

động từ + cùng với 動詞 + 一起	Chú thích 備註
Mọi người **phối hợp** *cùng với* nhau nhé! 大家一起配合喔！ Tôi sẽ **đi** *cùng với* giám đốc lên Hà Nội. 我會跟經理一起上河內。	Có thể kết hợp với nhau thành một cặp "*cùng với*". 可以結合成一組 "*cùng với*"。

Biểu thị quan hệ giữa sự vật, hiện tượng và thuộc tính đi kèm.

表示事物，現象和附加屬性之間之關係。

động từ + (cùng) với 動詞 +（（與）可省略）	Chú thích 備註
Đến Đà Nẵng, chúng tôi thuê một căn phòng **(cùng)** *với* đầy đủ tiện nghi để ở. 到峴港，我們租一間舒適的套房住下來。	Ít dùng hoặc không nên dùng *cùng* trong những trường hợp như thế này.

Nhà máy này được trang bị **(cùng)** *với* nhiều trang thiết bị hiện đại. 這家工廠的配備有很多先進的設備。	在這樣情況下，少用或不用 "*cùng*"。

Lưu ý 留意:

Trong những trường hợp trên *với* hoặc *cùng với* thường được sử dụng nhiều hơn *cùng*.

上述情況之下 "*với*" 和 "*cùng với*" 常被使用。

Một số điểm khác biệt giữa cặp "*với - cùng*": "*với - cùng*" 之間的區別。

với （跟/與_中文可省略）	**cùng** （跟/與_中文可省略）
Có thể dùng để chỉ cách thức hay điều kiện của hành động/hoạt động. 可以用於顯示動作/活動之方式或條件。	Không có khả năng này. 無法做到這點。
Họ đang làm việc **với** quyết tâm cao để hoàn thành kế hoạch. (+) 他們下決心完成工作。	Họ đang làm việc **cùng** quyết tâm cao để hoàn thành kế hoạch. (-) 他們下決心完成工作。
Phải cống hiến **với** một trăm phần trăm công suất thì mới đuổi kịp tiến độ. (+) 要拿出百分之百的功力才能趕上進度。	Phải cống hiến **cùng** một trăm phần trăm công suất thì mới đuổi kịp tiến độ. (-) 要拿出百分之百的功力才能趕上進度。

III. về/ đến/ tới 有關（關於）/來/到

Biểu thị sự việc, hiện tượng được đề cập đến.

表示所提到的事件及現象。

động từ 動詞 （nói/ bàn/ viết/ nhắc/ nhớ/ thảo luận… 說/談/寫/提/想/討論等）		về 關於 + đến 到/來 tới 到
về 關於	Anh ấy có nói **về** chuyện của tôi không? 他有提到關於我的事嗎？ Hôm nay, chúng ta sẽ bàn **về** kế hoạch mới. 今天，我們會討論關於新的計劃。	
đến 到	Anh ấy có nói **đến** tôi không? 他有提到我嗎？ Hôm nay, chúng ta sẽ bàn **đến** kế hoạch mới. 今天，我們會討論到新的計劃。	
tới 到	Anh ấy có nói **tới** tôi không? 他有提到我嗎？ Hôm nay, chúng ta sẽ bàn **tới** kế hoạch mới. 今天，我們會討論到新的計劃。	

Biểu thị ý nhấn mạnh về mức độ cao về tính chất làm cho người khác phải ngạc nhiên.

表示強調高水準、性質，讓別人感到驚訝。

động từ/ tính từ + đến/ tới (tận) + số từ 動詞/形容詞 ＋ 到/達 ＋ 數詞	
đến 到/達	Anh ấy cao **đến** 1 mét 9. 他身高到 1 米 9。 Báo cáo này dài **đến** 35 trang. 這份報告長達 35 頁。
đến tận 到	Anh làm **đến tận** khuya mới xong ạ? 你做到半夜才完成嗎？ Chúng tôi đi bộ **đến tận** 1 tiếng đồng hồ mới đến nơi. 我們走路要 1 個小時才到。
tới 達	Anh ấy cao **tới** 2 mét 2. 他高達 2 米 2 Bài tạp chí đấy dài **tới** 15 trang cơ đấy! 那份雜誌長達 15 頁哦！
tới tận 到	Chúng tôi đi học **tới tận** 9 giờ tối. 我們學習到晚上 9 點。 Nó làm gì mà thầy giáo **tới tận** nhà vậy trời? 他做了什麼事，老師怎麼到家裡來了呢？

Biểu thị ý nhấn mạnh về một hậu quả, kết quả để làm nổi bật của một tình trạng, tình hình nào đó.

表示強調一個後果或結果以突出某個狀況或情形之程度。

	động từ/ tính từ + đến/ tới (mức) 動詞/形容詞 + 到/達（等級）	Chú thích 備註
đến 到	Nó học **đến** gầy cả người. 她學到整個人瘦下去了。 Anh ấy làm tôi tức **đến** phát điên. 他讓我氣到發瘋了。	gầy 瘦 tức 氣/生氣 phát điên 發瘋 cả người 全身
đến **mức** 到	Vết thương đau **đến mức** toát cả mồ hôi. 傷口讓我痛到冒汗。 Áo gì mà chật **đến mức** không thở nổi. 什麼衣服呀!緊到無法呼吸。	toát 出/流 chật 緊 thở 呼吸 mồ hôi 汗 vết thương 傷口
tới 到/ 直到	Hôm nay tăng ca **tới** 10 giờ mới về. 今天加班直到 10 點才回去。 Tương lai thì chúng tôi chưa dám nghĩ **tới** anh ạ. 未來我們還不敢想到呢。	tăng ca 加班 tương lai 未來 chưa dám 還不敢 (**tới**: ý mạnh hơn đến 比到更強)
tới **mức** 得	Cô ấy mệt **tới mức** mặt mũi xanh xao. 她累得臉色蒼白。 Ôi! Bình hoa bị vỡ vụn **tới mức** không còn hình thù gì nữa. 哇！花瓶破碎得不成形狀了。	mặt mũi xanh xao 臉色蒼白 vỡ vụn 破碎 hình thù 形狀

IV. đối với/ dành cho 對於/給予（給/對）

1. đối với 對於

Biểu thị người, sự việc sắp nêu ra là đối tượng có quan hệ trực tiếp với điều được nói đến.

表示即將提到的人、事情與講到的事有直接關係。

đối với 對/對於	Chú thích 備註
Sinh viên này không lễ phép **đối với** giáo viên. 這位學生對老師不禮貌。 **Đối với** chúng tôi, hắn không đáng được tôn trọng. 對我們來說，他不值得尊重。	đáng 值得 lễ phép 禮貌 sinh viên 學生 giáo viên 老師 tôn trọng 尊重

2. dành cho 給/給予/對

dành cho 給/給予/對	Chú thích 備註
Cái này, là chị để **dành cho** em đấy. 這個，是我留給你的。 Tình cảm của anh **dành cho** em là mãi mãi. 我對妳的感情是永遠。	mãi mãi 永遠 tình cảm 感情

V. Luyện tập và trắc nghiệm 練習及測驗（重組句子）

1. Chúng ta sẽ đi bằng đường bộ.

   ....

2. Chiếc áo này làm bằng lông cừu.

   ....

3. Tiếng Trung dành cho người Việt.

   ....

4. Anh ấy có nói về chuyện của tôi không?

   ....

5. Tôi sẽ đi cùng với giám đốc lên Hà Nội.

   ....

6. Nỗi đau này biết chia sẻ cùng ai bây giờ?

   ....

7. Hôm nay, chúng ta sẽ bàn đến kế hoạch mới.

   ....

8. Sinh viên này không lễ phép đối với giáo viên.

   ....

BÀI 15: GIỚI TỪ CHỈ QUAN HỆ (2)
第十五課：關係介詞（二）

I. tại/ ở   因為/在（於）

Biểu thị địa điểm của sự việc, sự vật.

表示事情、事件之地點。

tại/ ở + địa điểm 在/於 + 地點	Chú thích 備註
Anh Tuấn làm việc **tại** *nhà*. 俊哥在家工作。 Đi thăm người thân **ở** *Hà Nội*. 去探望在河內的親人。	thăm 探望 tuấn 俊 tại nhà 在家 người thân 親人

Lưu ý 留意: Một số sự khác biệt giữa "tại" - "ở": 「tại 因為」和
「ở 在（於）」之間的差異。

◆   tại 因為

tại 因為	Ví dụ 例如
"tại" biểu thị điều sắp nêu ra là nguyên nhân của việc không vui được nói đến (**tại...nên...**). **"tại 因為"** 表示即將指出的事為上述不愉快的事之原因（因為...所以）。	Tại không học bài nên thi trượt. 因為沒讀書，所以考不及格。 Tại ngủ quên nên đi học muộn. 因為睡過頭，所以上課遲到。

◆　ở 在/於

ở 在/於	Ví dụ 例如
"ở"có thể kết hợp với các giới từ **trong, ngoài, trên, dưới, giữa.** "ở"可與指方向：**內，外，上，下，中間**之介詞做連接。	Anh Tuấn làm việc ở trong nhà. 俊哥在家工作。 Đi thăm người thân ở ngoài Hà Nội. 去探望在河內的親人。
"ở" có thể biểu thị quan hệ giữa hành động/ hoạt động và đối tượng của hành động/hoạt động. "ở"可表示行動/活動與行動/活動對象之關係。	Chúng tôi tin tưởng ở Ban lãnh đạo công ty. 我們相信（於）公司領導階層。 Hy vọng ở thế hệ tương lai của đất nước. 希望（於）國家未來世代。

II. cho 給/給予

Biểu thị ý nhấn mạnh về mức độ trong hành động có thể như thế hay đánh giá về điều gì đó.

表示強調可能採取的行動或對某件事之評估。

động từ + cho + mà xem 動詞+給+看	Chú thích 備註
Tao **đi cho mà xem**. 我走給你看。 Tôi **làm cho mà xem**. 我做給你看。	tao 我 làm 做

không + tính từ + cho lắm 不是/沒 + 形容詞 + 很/那麼	Chú thích 備註
Nó *không vui cho lắm*. 他不是很開心。 Việc này *không phức tạp cho lắm*. 這件事沒那麼複雜。	phức tạp 複雜

Biểu thị ý nhấn mạnh về một tác động không hay phải chịu đựng.
表示強調要接受一種不好的影響。

(bị) cho （被）給	+ một 一 (cái/trận/phát... 個/頓/巴)	+ động từ 動詞 (đánh, đá, đấm, mắng, chửi, cười, cắn, đốt, tiêm...打/踢/拳/唸/罵/笑/咬/叮/打針...)

Bị cho một trận đòn

被打一頓。

Cho một cái bạt tai.

給一個巴掌。

Em bé dễ thương quá, muốn cắn **cho** một miếng.

小朋友好可愛喔！很想咬一口。

Tôi bị sốt cao nên bác sĩ tiêm **cho** một liều giảm sốt.

我發高燒，因此醫生幫我打一針退燒藥。

Biểu thị một đề nghị, một yêu cầu, với mong muốn có được sự đồng ý, thông cảm.

表示希望能獲得同意、同情之提議或要求。

Từ cầu khiến 祈使詞 (mong, hy vọng, xin, để... 期待/希望/請求/讓...)	+ chủ ngữ 主語	+ động từ 動詞 (giúp/làm... 幫/做......)	+ cho + 無中文
Để tôi làm **cho.** 讓我來做。		**Xin ông** bà bỏ qua **cho**. 請您們諒解。	
Mong anh giúp **cho.** 希望你幫忙。		**Hy vọng anh** sẽ xem xét **cho.** 希望您會考慮/想想/審核。	

III. của 的

Biểu thị điều sắp nêu ra có quan hệ nguồn gốc, thân thuộc, tác động qua lại.

表示即將指出之事情與起源，熟悉度及互動關係有關。

của 的	Chú thích 備註
Đó là yếu tố quan trọng **của** vụ án. 那是案件的重要因素。 Đó là một trong những nguyên nhân **của** dịch bệnh lần này. 那是這次疫情的原因之一。	yếu tố 因素 quan trọng 重要 nguyên nhân 原因 dịch bệnh 疫情

Biểu thị quan hệ sở thuộc giữa danh từ và danh từ.

表示名詞與名詞之間之所屬關係。

danh từ + của + danh từ 名詞 ＋ 的 ＋ 名詞	Chú thích 備註
Cuốn sách **của** thư viện. 圖書館的書。 Quần áo **của** em bé xinh quá. 小朋友的衣服好可愛。	thư viện 圖書館 em bé 小朋友

Lưu ý 留意：

　　Khi mối quan hệ này có thể được nhận biết một cách chắc chắn thì có thể lược bỏ "của":

當這種關係很確定就可以省略"của"「的」。

của 的	bỏ "của" 省略「的」
Phố Cổ **của** Hà Nội. 河內的老街。 Cánh đồng **của** xã An Phú. 安富鄉的田間。	Phố cổ Hà Nội. 河內老街。 Cánh đồng xã An Phú. 安富田間。

◆ Khi biểu thị quan hệ bộ phận - toàn thể hoặc quan hệ thân thuộc, giới từ *"của"* cũng có thể lược bỏ.

當表示整體或親屬關係，介詞「của 的」也可以省略。

"của" 「的」	**bỏ "của"** 省略「的」
vợ/ chồng **của** tôi	vợ/chồng tôi
我的太太/先生	我丈夫/太太
bố/ mẹ **của** anh ấy	bố/mẹ anh ấy
他的父母	我爸爸媽媽
anh/ chị/ em **của** cô ấy	anh/chị/em cô ấy
她的哥哥/姐姐/妹妹/弟弟	我哥哥/姐姐/妹妹/弟弟
ông/bà **của** họ	ông/bà họ
他們**的**爺爺奶奶	他們爺爺奶奶
miệng **của** núi lửa	miệng núi lửa
火山**的**噴氣孔	火山噴氣孔
cánh **của** máy bay	cánh máy bay
飛機**的**機翼	飛機機翼

◆ Khi danh từ có nguồn gốc là một động từ hoặc tính từ thì sự có mặt của giới từ *của* thường mang tính bắt buộc: ***nhận xét của các anh; cơn ghen của nó; niềm vui của chúng tôi*…**

當名詞的起源為一個動詞或形容詞時，介詞**"của"**的存在通常是強制性的：你們的意見；他的醋勁；我們的歡樂等。

Biểu thị ý nghĩa nguồn gốc khi đi với động từ hoặc ý nghĩa bị động

của động từ.

當與動詞結合在一起就帶著起源的含義，或動詞的被動含義。

động từ 動詞 （mượn, lấy, xin...借，拿，要 ...）	+ của + 的	Chú thích 備註
Tôi mượn **của** anh Tuấn cuốn sách này. 我跟俊哥借這本書。 Đây là xe máy **của** Đài Loan sản xuất. = (Đây là xe ô tô do Đài Loan sản xuất). 這是臺灣製造的機車。 （這是由臺灣製造的汽車。）		xe 車 do 由 mượn 借 sản xuất 製造 xe máy 摩托車 xe ô tô 汽車

Biểu thị điều sắp nêu ra và có quyền sở hữu, chi phối nó.

表示即將指出之事情具有所有權和控制權。

danh từ + của + danh từ 名詞 + 的 + 名詞	Chú thích 備註
Cái ví tiền **của** tôi còn đôi giày kia là của em họ. 錢包是我的，那雙鞋是我的表妹。 Tài sản này thuộc sở hữu **của** nhà trường. 這財產屬於學校的。	đôi 雙 giày 鞋 ví tiền 錢包 tài sản 財產 sở hữu 屬於 em họ 表妹

Biểu thị điều sắp nêu ra là chủ thể trong quan hệ bộ phận.

表示即將提到的事是部分關係之主體。

danh từ bộ phận 部位名詞	+ của 的	+ danh từ toàn thể 全體名詞	Chú thích 備註
Bàn tay **của** em bé. 小寶寶的手。 Ngăn kéo **của** bàn làm việc. 辦公桌的抽屜。			bàn 桌子 em bé 小寶寶 bàn tay 手/手掌 ngăn kéo 抽屜

Biểu thị điều sắp nêu ra có thuộc tính, hoạt động.

表示即將指出之事情具有屬性及活動。

Danh từ chỉ tính chất + của + danh từ 屬性名詞 ＋ 的 ＋ 名詞	Chú thích 備註
Độ dẻo **của** cao su. 橡膠的彈性。 Tình cảm **của** anh dành cho em là thật lòng. 我對妳的感情是真心的。	độ dẻo 彈性 cao su 橡膠 thật lòng 真心 dành cho 留給/對/給予

IV. do/ bởi 由

Biểu thị ý nghĩa dạng bị động.

表示被動的意思。

1. do 由

Danh từ + do +(phó từ) + động từ 名詞 + 由 + （副詞）+ 動詞	Chú thích 備註
Việc này **do** anh ấy gây ra. 這件事由他造成的。 Đây là chiếc xe máy **do** công ty SYM sản xuất. 這台摩托車由 SYM 公司製造的。	do 由 sản xuất 製造 gây ra 造成

2. bởi 由

N + (được/bị) + động từ + bởi + phó từ 主語 + （被）+ 動詞 + 由 + 副詞	Chú thích 備註
Học sinh bị phạt **bởi** vi phạm quy định của nhà trường. 學生被罰因為違反學校的規定。 Cầu Long Biên ở Hà Nội được thiết kế **bởi** những kiến trúc sư tài ba. 河內的龍邊橋由才華建築師設計的。	cầu 橋 tài ba 才華 thiết kế 設計 vi phạm 違反 kiến trúc sư 建築師 Long Biên 龍邊

V. Luyện tập và trắc nghiệm 練習及測驗（選詞填空）

A. bởi	B. cho	C. ở	D. do
E. của	F. tại	G. của	H. cho

1. Mong anh giúp ....

2. Bị .... một trận đòn.

3. Anh Tuấn làm việc .... nhà.

4. Đi thăm người thân .... Hà Nội.

5. Tôi mượn .... anh Tuấn cuốn sách này.

6. Tình cảm .... anh dành cho em là thật lòng.

7. Đây là chiếc xe máy .... công ty SYM sản xuất.

8. Học sinh bị phạt .... vi phạm quy định của nhà trường.

ĐÁP ÁN BÀI LUYỆN

練習及測驗答案

BÀI 1: ĐẠI TỪ

1. Chọn từ điền vào ô trống 選詞填空

a.	Đây là	b.	Cô ấy	c.	Lúc đấy
d.	Ngày này	e.	Ở đấy	f.	Từ đấy

2. Gắn câu giữa hai cột dưới đây 連連看

1.d	2.a	3.b	4.e	5.c

BÀI 2: ĐỘNG TỪ 選擇對錯的句子 (對打 Đ 錯打 S)

1.	Mấy giờ mẹ về nhà?	Đ
2.	Tôi ăn cơm ghét bụi.	S
3.	Em bằng đi xe đạp.	S
4.	Bưu kiện đã về đến nơi.	Đ
5.	Cô ấy biết làm cách rồi.	S
6.	Anh là người hiểu tôi nhất.	Đ
7.	Bạn không thích đọc sách vậy?	S
8.	Ăn cây quả nhớ kẻ trồng.	S
9.	Cái máy lạnh cũ rất ăn điện.	Đ
		Đ

10. Băng keo này dán khá là ăn.	S
11. Anh ấy rất dễ hiểu giải thích.	S
12. Ốm thì đều phải uống thuốc đặn.	Đ
13. Chúng tôi đi phong bì một triệu đồng.	Đ
14. Cô ấy chụp kiểu gì cũng rất ăn ảnh.	S
15. Hai bên đi đến kết luận đã thống nhất.	

BÀI 3: ĐỘNG TỪ XU HƯỚNG 組成正確的句子

1. Lùi xe vào trong ga ra.

2. Bố vừa đi ra ngoài có việc.

3. Sắp vào hè nên nóng kinh khủng.

4. Em lên xong kế hoạch giúp anh rồi.

5. Ông ấy ra điều kiện yêu cầu tôi phải làm theo.

6. Rất nhiều bong bóng đang bay lên trời.

7. Ở trên núi cao nhiệt độ giảm xuống đột ngột.

8. Em đi làm về thì qua nhà ngoại ăn tối luôn.

9. Anh ấy đang bơi sang bên kia sông.

10. Trộm nó ăn cắp mất cái ví tiền của tôi rồi.

BÀI 4: ĐỘNG TỪ TÌNH THÁI 選對錯（對寫 Đ/錯寫 S）

1. Tôi nghĩ là anh nên đi.	Đ
2. Con cho ở nhà trông em mẹ.	S
3. Cả vườn rau bị ốc sên ăn hết sạch.	Đ

4. Việc chưa xong phải nên tăng ca.	S
5. Tôi còn 200 mắc nợ anh ấy ngàn.	S
6. Mong sao nhanh hết dịch Covid-19 cho.	S
7. Mình có thể mua cho hai quả táo ngon bạn.	S
8. Họ chưa thể bồi thường ngay cho chúng ta.	Đ
9. Không chịu học mà lại muốn thi đỗ đại học.	Đ
10. Chúng tôi không thể tiết lộ bí mật của công ty.	Đ

BÀI 5 : ĐỘNG TỪ TỒN TẠI 選擇正確的中文句子

A.5	B.7	C.4	D.2
E.8	F.6	G.1	H.3

BÀI 6: TÍNH TỪ CHỈ TÍNH CHẤT (從（...）選正確答案)

1. xấu	2. cứng	3. rắn	4. tê cứng	5. dẻo
6. cứng nhắc		7. thẳng	8. khỏe	9. mềm dẻo
10. cong cong		11. đẹp	12. mềm nhũn	13. giá mềm

BÀI 7: TÍNH TỪ TRẠNG THÁI (譯成中文)

1. 我是新學生。

2. 飯已煮熟了。

3. 你今天運氣怎麼這麼好？

4. 你們夫妻是不是有喜訊？

5. 多麼悲傷及令人心碎的故事。

6. 這台電腦雖然舊，但還很好用。

7. 越南人很喜歡吃生菜。

8. 我喜歡喝白開水。

9. 這是熱水小心被燙到。

10. 最近我的運氣怎麼那麼差。

BÀI 8: TÍNH TỪ (譯成越文)

1. Tóc bà nội đã bạc trắng.

2. Toàn bệnh của người già.

3. Con đường này dài hơn chúng tôi nghĩ.

4. Mùa đông, mới 6 giờ mà trời đã tối đen như mực.

5. Cái tay áo này hơi ngắn mẹ ạ.

6. Giường khổ lớn chiều rộng hai mét hai.

7. Hà Nội đất hẹp, người đông.

8. Ngôi nhà này cao 4 tầng.

9. Tôi đứng từ trên cao nhìn xuống dưới.

10. Đứng gần ngay bên cạnh tôi.

11. Cá lớn nuốt cá bé.

12. Em nhỏ con nên nhìn cứ trẻ hoài.

13. Vào một ngày không xa anh sẽ nhận ra thôi.

14. Người có chí lớn thường làm ăn lớn.

15. Cháu được ông bà nội cưng chiều từ bé.

BÀI 9: TỪ CHỈ PHƯƠNG HƯỚNG (重組句子)

1. Em đi đến ngã tư rồi rẽ trái.

2. Sản phẩm này chỉ tiêu thụ trong nước.

3. Không có chìa khóa nên phải đứng ngoài cửa.

4. Nội dung báo cáo cụ thể như đã nói ở trên.

5. Em đang đứng ở hàng ghế dưới.

6. Em cứ đi thẳng về phía trước là đến.

7. Cuối bộ phim làm cho người xem rất cảm động.

8. Ở trên đầu giường có treo một bức tranh.

9. Đánh xe vào trong ga-ra cho mát.

10. Tôi đi ra ngoài có chút việc.

11. Anh ấy đi xuống dưới tầng trệt xem ti vi.

12. Con đi lên trên tầng hai lấy đồ xuống cho mẹ.

BÀI 10: TRẠNG TỪ CHỈ NƠI CHỐN（選詞填空）

1. ở đó	2. ở khắp nơi	3. ở chỗ kia	4. ở đây	5. ở kia
6. ở mọi nơi	7. chỗ này	8. gần đấy	9. chỗ khác	10. gần đây

BÀI 11: TRẠNG TỪ CHỈ THỜI GIAN（選對錯　Đ/S）

1. Tôi đang học đại học năm 2.	Đ
2. Hiện tại, tôi tại đang công tác Hà Nội.	S
3. Xin hỏi, bây giờ là mấy giờ rồi cô?	Đ
4. Tôi vào lúc về nhà nửa đêm.	S
5. Dạo này anh thế chị nào?	S
6. Dạo trước cô ấy có đến thăm tôi.	Đ
7. Anh trước đây nhớ em gầy lắm mà.	S
	Đ

8. Hồi xưa đồ thường phải giặt bằng tay.		S
9. Thời xưa ta ông bà sống rất giản dị.		Đ
10. Hồi trước tuy còn khó khăn nhưng mà vui.		Đ
11. Gần đây, đột nhiên có rất nhiều thiên tai xảy ra.		S
12. Hiện nay, nên vào đầu tư lĩnh vực nào thì tốt?		

BÀI 12: TRẠNG TỪ CHỈ TẦN SUẤT （翻譯成越文）

1. Đôi khi cuộc sống sẽ rất khó khăn.

2. Nhiều khi muốn buông xuôi cho xong.

3. Thỉnh thoảng em vẫn nghe cô ấy nhắc đến anh.

4. Con người cũng vậy có lúc buồn lúc vui.

5. Dự án này mọi khi đều do anh Minh phụ trách.

6. Tranh thủ mọi lúc, mọi nơi để nghỉ ngơi.

7. Nhiều lúc thấy buồn mà không hiểu tại sao.

8. Có đôi lúc cảm thấy cuộc sống mất cân bằng.

BÀI 13: TRẠNG TỪ NGHI VẤN （翻譯成中文）

1. 你什麼時候到？

2. 你何時去越南？

3. 你為什麼不練習功課？

4. 你什麼時候去超市？

5. 我在臺灣學越南語。

6. 電影幾點開始播放？

7. 那部電影如何？好看嗎？

8. 最近公司狀況怎麼樣？

BÀI 14: GIỚI TỪ CHỈ QUAN HỆ (1)（重組句子）

1. Chúng ta sẽ đi bằng đường bộ.

2. Chiếc áo này làm bằng lông cừu.

3. Tiếng Trung dành cho người Việt.

4. Anh ấy có nói về chuyện của tôi không?

5. Tôi sẽ đi cùng với giám đốc lên Hà Nội.

6. Nỗi đau này biết chia sẻ cùng ai bây giờ?

7. Hôm nay, chúng ta sẽ bàn đến kế hoạch mới.

8. Sinh viên này không lễ phép đối với giáo viên.

BÀI 15: GIỚI TỪ CHỈ QUAN HỆ (2)（選詞填空）

A. bởi	B. cho	C. ở	D. do
E. của	F. tại	G. của	H. cho

作者簡介

阮美香（阮氏美香）**Nguyễn Thị Mỹ Hương**

學歷：國立中山大學博士

經歷：義守大學、工研院、中鋼等其他企業。

　　　國立教育廣播電台節目主持人

現任：國立高雄大學東亞語文學系越南語助理教授

授課：初中高級越語、語法、會話、聽講、觀光導遊、

　　　檢定測驗、口筆譯及商務越南語等課程

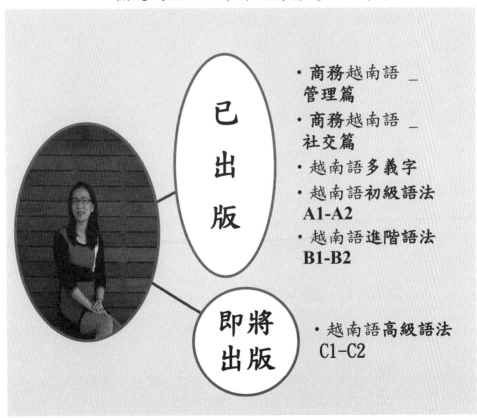

已出版
- 商務越南語＿管理篇
- 商務越南語＿社交篇
- 越南語多義字
- 越南語初級語法 A1-A2
- 越南語進階語法 B1-B2

即將出版
- 越南語高級語法 C1-C2

國家圖書館出版品預行編目（CIP）資料

越語基礎語法A1-A2 = NGỮ PHÁP TIẾNG VIỆT CƠ SỞ /
阮氏美香著. -- 初版. -- 臺北市：鴻儒堂出版社,民109.12
　面；　公分
　　ISBN 978-986-6230-46-2(平裝)
　　1. 越南語　2. 語法
803.796　　　　　　　　　　　　　　　　　109020802

越語基礎語法A1-A2
NGỮ PHÁP TIẾNG VIỆT CƠ SỞ A1-A2

定價：400元

二〇二〇年（民一〇九年）　12月初版一刷
二〇二一年（民一一〇年）　12月初版二刷

編　　　著：阮　氏　美　香
校　　　定：鄧　文　盛
發　行　所：鴻 儒 堂 出 版 社
發　行　人：黃　成　業
地　　　址：台北市博愛路九號五樓之一
電　　　話：02-2311-3823
傳　　　真：02-2361-2334
郵 政 劃 撥：01553001
E - m a i l：hjt903@ms25.hinet.net

鴻儒堂出版社設有網頁，歡迎多加利用
網址：https://www.hjtbook.com.tw